വയൽപ്പൂക്കൾ

vayalppookkal
malayalam
collection of lyrics

•

o. n. v

•

first chintha edition
november 2013

•

published
chintha publishers, thiruvananthapuram

•

typesetting
akshara dtp centre, thiruvananthapuram

•

printed
akshara offset, thiruvananthapuram

•

cover
vinod

•

price
rupees one hundred and eighty only

വിതരണം

ദേശാഭിമാനി ബുക്ക് ഹൗസ്

H O തിരുവനന്തപുരം–695 035
phone: 0471-2303026, 6063026
www.chinthapublishers.com
chinthapublishers@gmail.com

ബ്രാഞ്ചുകൾ

ഹെഡ്ഡാഫീസ് ബ്രാഞ്ച് കുന്നുകുഴി • ഓവർബ്രിഡ്ജ് തിരുവനന്തപുരം • സ്റ്റാച്യു തിരുവനന്തപുരം • കെ എസ് ആർ ടി സി ബസ് സ്റ്റേഷൻ ആലപ്പുഴ • കെ എസ് ആർ ടി സി ബസ് സ്റ്റേഷൻ എറണാകുളം • മച്ചിങ്ങൽ ലെയ്ൻ തൃശൂർ • ഐ ജി റോഡ് കോഴിക്കോട് • മാവൂർ റോഡ് കോഴിക്കോട് • എൻ ജി ഒ യൂണിയൻ ബിൽഡിങ് കണ്ണൂർ • സെൻട്രൽ ബസ് ടെർമിനൽ കോംപ്ലക്സ് താവക്കര കണ്ണൂർ

CO - 2005 / 3377

വയൽപ്പൂക്കൾ

(ഗാനസമാഹാരം)

ഒ. എൻ. വി

ചിന്ത പബ്ലിഷേഴ്സ്
തിരുവനന്തപുരം-695 035
വില : ₹ 180

ഒ. എൻ. വി.

ജ്ഞാനപീഠ ജേതാവ്

കൊല്ലം ജില്ലയിലെ ചവറയിൽ 1931 ൽ ജനിച്ചു. മുപ്പതു വർഷം കേരളത്തിലെ വിവിധ ഗവൺമെന്റ് കോളേജുകളിൽ അധ്യാപകൻ. ഒരുവർഷം കാലിക്കറ്റ് സർവകലാശാലാ മലയാള വിഭാഗത്തിൽ വിസിറ്റിങ് പ്രൊഫസർ. കേന്ദ്ര സാഹിത്യ അക്കാദമി ഭരണസമിതിയംഗം, നാഷണൽ ഫെഡറേഷൻ ഓഫ് പ്രോഗ്രസീവ് റൈറ്റേഴ്സ് ദേശീയാധ്യക്ഷൻ, ഇന്ത്യൻ പെർഫോമിങ് റൈറ്റേഴ്സ് സൊസൈറ്റി ഡയറക്ടർ ബോർഡംഗം തുടങ്ങിയ പദവികൾ. കവിതകളും ഗദ്യകൃതികളും, കാൾ മാർക്സ്, ലോർക്ക, പുഷ്കിൻ പരിഭാഷകളുമുൾപ്പെടെ അമ്പതു കൃതികൾ.

കേരള സർവകലാശാല ഓണററി ഡി. ലിറ്റ് ബിരുദം. കേന്ദ്ര-കേരള സാഹിത്യ അക്കാദമി അവാർഡുകൾ, എസ്സെനിൻ മെഡൽ (മോസ്കോ), എഴുത്തച്ഛൻ പുരസ്കാരം, വള്ളത്തോൾ പുരസ്കാരം, ആശാൻ പ്രൈസ്, ഉള്ളൂർ അവാർഡ്, വയലാർ അവാർഡ്, ഖുറം ജോഷാ ജന്മശതാബ്ദി പുരസ്കാരം (ആന്ധ്ര), ഭാരതീയ ഭാഷാ പരിഷത് അവാർഡ് (കൊൽക്കത്ത), ചലച്ചിത്രഗാനങ്ങൾക്കുള്ള ദേശീയ അവാർഡ്, 13 സംസ്ഥാന അവാർഡുകൾ, പത്മവിഭൂഷൺ തുടങ്ങി നിരവധി പുരസ്കാരങ്ങൾ.

വിലാസം : ഇന്ദീവരം
ടാഗോർ നഗർ
തിരുവനന്തപുരം - 14

അടുത്ത കാലത്തെഴുതിയ ചില ചലച്ചിത്രഗാനങ്ങളും നാടകഗാനങ്ങളും ലളിതഗാനങ്ങളും സമാഹരിച്ചതാണ് *വയൽപ്പൂക്കൾ* എന്ന പേരിൽ വായനക്കാരുടെ മുമ്പിൽ സമർപ്പിക്കുന്നത്. ചില സ്നേഹസൗഹൃദങ്ങളുടെ പ്രേരണ ഈ സമാഹാരത്തിന്റെ പിറവിക്കു പിന്നിലുണ്ടെന്ന് നന്ദിപൂർവം ഓർക്കുന്നു. നിങ്ങളുടെ ആശാനൈരാശ്യങ്ങളിൽ, സുഖദുഃഖങ്ങളിൽ, സ്നേഹത്തിന്റെ സാഫല്യനൈഷ്ഫല്യങ്ങളിൽ, എന്നുവേണ്ടാ ജീവിതത്തിന്റെ ഏതെങ്കിലും ഭാവനിർഭരമായ മുഹൂർത്തത്തിൽ കൂട്ടിനു വരാൻ കഴിയുന്ന ഒരു പാട്ടെങ്കിലും ഇതിലുണ്ടെങ്കിൽ ഞാൻ കൃതാർത്ഥനായി.

ഒ. എൻ. വി.

ആദ്യവരി

പ്രസാധകക്കുറിപ്പ്

മലയാള നാടക-ചലച്ചിത്രഗാനങ്ങൾക്ക് ലാളിത്യവും ഭാവഗാനങ്ങളുടെ മാധുര്യവും പകരുന്നതിൽ ഒ. എൻ. വി.യുടെ സംഭാവന വലുതാണ്. ടി.വി. സീരിയലുകളും ആൽബങ്ങളും ഒ. എൻ. വി യുടെ ഗാനങ്ങൾ തേടിയെത്തി.

മലയാളത്തിന് ഒരിക്കലും മറക്കാനാവാത്ത ഏറെ ഗാനങ്ങൾ ഒ. എൻ. വി യിൽനിന്നും ലഭിച്ചു. ചലച്ചിത്രങ്ങൾക്കും നാടകങ്ങൾക്കും സീരിയലുകൾക്കും ആൽബങ്ങൾക്കുമായി ഒ. എൻ. വി എഴുതിയ ഏതാനും ഗാനങ്ങളുടെ സമാഹാരമാണ് ഈ കൃതിയിൽ. *വയൽപ്പൂക്കൾ* ചിന്ത പതിപ്പിറക്കാൻ അനുവദിച്ച ഒ. എൻ. വി.യോടുള്ള കൃതജ്ഞത രേഖപ്പെടുത്തുന്നു.

ചിന്ത പബ്ലിഷേഴ്സ്

ചിത്രം: ഗുൽമോഹർ

ഒരുനാൾ ശുഭരാത്രി നേർന്നു പോയി നീ!
ഇതിലേ ഒരു പൂക്കിനാവായ് വന്ന നീ!
ശ്രുതി നേർത്തുനേർത്തു മായും
ഋതുരാഗഗീതിപോലേ
പറയൂ നീയെങ്ങു പോയീ? (ഒരുനാൾ...)

ഗാനമായി വന്നു നീ!-മൗനമായി മാഞ്ഞു നീ!
മായുകില്ലെന്നോർമ്മയിൽ!
ചൈത്രമാസനീലവാനം
പൂത്തുലഞ്ഞു നില്ക്കവേ!

പോവുകയോ നീയകലെ
എന്റെ ഏകതാരകേ?
കാതരേ! കരയുന്നതാരേ കാട്ടുമൈനപോൽ? (ഒരുനാൾ...)

നീളുമെന്റെ യാത്രയിൽ-തോളുരുമ്മിയെന്നുമെൻ
തോഴിയായി വന്നു നീ!
എന്നിലേക്കണഞ്ഞു നീയാം
സ്നേഹസാന്ദ്രസൗരഭം!

പാതിരതൻ പാതയിലെ
പാൽനിലാവ് മായവേ,
കാതരേ! കരയുന്നതാരേ കാട്ടുമൈനപോൽ? (ഒരുനാൾ...)

രജനീസുഗന്ധി പൂക്കും രമണീയയാമമായീ!
പറയൂ, നീയെങ്ങു പോയി?... (ഒരുനാൾ...)

സംഗീതം: ജോൺസൺ

ചിത്രം: ഗുൽമോഹർ

കാനനത്തിലെ ജ്വാലകൾപോൽ–മലർ
വാക പൂക്കുമീ താഴ്‌വരയിൽ
ആരെയോർത്തു നിൻ സ്നേഹമാനസം
രാഗലോലമാം തംബുരുവായ്!
ഭാവഗീതിതൻ മാധുരിയായ്!

പോക്കുവെയ്‌ലിലെ കനൽ വീണ വീഥിയിൽ
പോയ്മറഞ്ഞു നീ ഒരു സാന്ധ്യതാരപോൽ
മാരിപെയ്തു പോയ്–ചുടുവേനൽ വന്നുപോയ്!
ശാരദേന്ദു പോയ്–മലർമാസമെത്ര പോയ്!
നിന്റെയോർമ്മകൾ പൊൻതിടമ്പുപോൽ
നെഞ്ചിലേറ്റി ഞാൻ–നൊന്തു പാടി ഞാൻ!

വാക പൂക്കുമീ താഴ്‌വരയിൽ–മലർ–
ത്താലമേന്തുമീ താഴ്‌വരയിൽ...!

കാൺമതെന്നിനി കമനീയമാ മുഖം?
കേൾപ്പതെന്നിനി പ്രിയമേറുമാ സ്വരം?
കാത്തിരുന്നു ഞാൻ ഒരുനോക്കു പിന്നെയും
കാണുവാനിനി പ്രണയാർദ്രമ സ്മിതം!
കല്പശാഖിതൻ കൈക്കുടന്നയിൽ
രക്തപുഷ്പമായ് നീ ചിരിക്കയോ?...

(കാനനത്തിലെ ജ്വാലകൾ...)

സംഗീതം: ജോൺസൺ

ചിത്രം: ഗുൽമോഹർ

കാണും കണ്ണിന് പൂക്കണിയായ്...
കാണാക്കാറ്റിന് പൂമണമായ്...

കാണും കണ്ണിന് പൂക്കണിയായ്
കാണാക്കാറ്റിന് പൂമണമായ്
ഓണപ്പൂവേ, ഓരിതൾപ്പൂവേ, വാ നീ!
ഓലോലം–ആലോലം–പൊന്നൂഞ്ഞാലാട്!
(കാണും കണ്ണിന്...)

മാടപ്രാവിൻ കൂട്ടിനുള്ളിൽ കുറുകൽ കേട്ടൂ!
മാതളത്തോപ്പിൽ മൈനകൾ പാടീ!
പാതിര പൂചൂടീ!
സ്നേഹനിലാപ്പാൽപ്പുഴയിൽ
നീർക്കിളികൾ നീന്തുകയായ്!
പാടു നീയെൻ രാക്കിളീ!
രാഗമയീ!
(കാണും കണ്ണിന്...)

വാത്സല്യത്തിൻ തൊട്ടിലിൽ തേൻമധുരം പെയ്തു
പാടുവതാരേ? – "താമരത്തുമ്പീ!
താണിരുന്നാടാട്!..."
താർമകളെൻ മൺപുരയും
താമരയായ് മാറ്റുകയായ്!
താളമിട്ടെൻ പൊൻതുടി
മുളുകയായ്!
(കാണും കണ്ണിന്...)

സംഗീതം: ജോൺസൺ

ചിത്രം: ഗുൽമോഹർ

താഴേപ്പാടം കൊയ്യാൻ വന്നൊരു തത്തമ്മപ്പെണ്ണേ!-ഒരു
താലിപ്പെണ്ണിൻ നാണം കവിളിൽ പൂക്കും ചേലോടേ
വാകച്ചില്ലകൾ താലമെടുത്തേ!
താഴംപൂവും പൂക്കുട നീർത്തേ!
നീയെന്തേ തത്തമ്മേ, പാടിക്കൊയ്യാത്തേ?

കതിരിതാ! - കതിർമണിയിതാ!
തകിടതാ-തകതകിടതാ!...
(താഴേപ്പാടം...)

പാടവരമ്പത്താരുടെ പാട്ടിന്
കാതോർക്കുന്നൂ കിളിമകളേ, നീ
പാലക്കൊമ്പത്താരും കാണാതാരേ പാടുന്നൂ?
നിന്നെത്തേടുന്നു ? -
കളമൊഴി! നിന്നെത്തേടുന്നൂ
പൊന്നാര്യൻ കൊയ്യുമ്പം പിന്നാലെ വന്നേ!
എന്തോരം പുന്നാരം ചൊല്ലിപ്പോയെന്നേ!
നാനാഴി മണ്ണിലൊരു നല്ലോലപ്പുരവച്ചേ
നാളത്തെ പൊറുതിക്കായ് കൂടാമെന്നവനോതീ!
പുതുമണ്ണിൽ ചാലുകൾ കീറി
മണിവിത്ത് ചേറീ നമ്മൾ
വിതയുടെ പുകിലുകളായ്!

തത്തക തിമിതോം!...
തകതിമി തകതിമിതോം!...
(താഴേപ്പാടം...)

മേലേവീട്ടിലെ അമ്പിളിമുറ്റ-
ത്തിന്നൊരു പൂരക്കളിയുടെ മേളം!
ആലിൻകൊമ്പത്തുഞ്ഞാലാടിപ്പാടാൻ നീയും വാ!

പാടാൻ നീയും വാ!-
കളമൊഴി! പാടാൻ നീയും വാ!
കൊയ്ത്തെല്ലാം തീർന്നപ്പോൾ പൊന്നോണം വന്നേ!
പൂത്തുമ്പീ! നീയും വാ തുമ്പത്തേനുണ്ണാൻ!
പുന്നെല്ലിന്നവിലാണോ, കദളിത്തേൻ കനിയാണോ
മുത്തശ്ശിക്കിനി വേണം പൊന്നോണക്കാണിക്ക
വളയിട്ട കയ്യുകളൊത്തു
വരിനെല്ലിൻ പാടം കൊയ്തേ!-
പുകിലൊടു പുകിലുകളായ്!

തത്തക തിമിതോം!...
തകതിമി തകതിമിതോം!...

(താഴേപ്പാടം...)

സംഗീതം: ജോൺസൺ

ചിത്രം: മിഴികൾ സാക്ഷി

അമ്മേ! നീയൊരു ദേവാലയം!
നന്മകൾ പൂവിട്ടു പൂജിക്കുമാലയം!
ദേവാലയം!

കാരാഗൃഹത്തിൽ പിറന്ന കാർവർണ്ണനും
കാലിത്തൊഴുത്തിൽ പിറന്ന പൊന്നുണ്ണിക്കും
വന്മരുഭൂവിലെ ധർമപ്രവാചകനും
ജന്മം നല്കിയ സുകൃതിനി നീ!
(അമ്മേ, നീയൊരു ദേവാലയം...)

കുന്തിയും നീയേ, ഗാന്ധാരിയും നീയേ!
നൊന്തുപെറ്റവരുടെ ദുഃഖം നീ!
അങ്കത്തിൽ ജയിച്ചോരും, അന്ത്യം വരിച്ചോരും
അമ്മയ്ക്കൊരുപോലൊരുപോലെ!
(അമ്മേ, നീയൊരു ദേവാലയം...)

രക്തസാക്ഷിയായ്ത്തീർന്നൊരുണ്ണിക്കായൊരുപിടി
വറ്റുമായ് നീയിന്നും കാത്തിരിപ്പൂ!
നെഞ്ചിലെ നൊമ്പരജ്വാലകളായ് സ്നേഹ-
ബന്ധുരേ! നീ നിന്നെരിയുന്നു!
(അമ്മേ, നീയൊരു ദേവാലയം...)

സംഗീതം: ദക്ഷിണാമൂർത്തി

ചിത്രം: മിഴികൾ സാക്ഷി

ചെത്തിയും ചെമ്പരുത്തിയും നല്ല
തൃത്താവും ചാർത്തും പൈതലേ!
അമ്പാടിമണിപ്പൈതലേ!
നെറ്റിയിൽ കുളുർചന്ദനനിലാ-
പ്പൊട്ടു കുത്തിയ പൈതലേ! മഞ്ഞ-
പ്പട്ടു ചുറ്റിയ പൈതലേ!
കൺതുറന്നു ഞാനെന്നുമാദ്യമെൻ
കൺമണീ! നിന്നെ കാണണം!
കാണണം, കണി കാണണം!

ഉള്ളിലെ പൊന്നുറിയിൽ ഞാനെന്റെ
ഉണ്ണിക്കായ് കാത്തുവച്ചിടും
നല്ല തൂവെണ്ണ പാലും പാൽച്ചോറും
മെല്ലെ നീ വന്നെടുക്കണം!-തോഴ-
രെല്ലാർക്കും പങ്കുവയ്ക്കണം!
(ചെത്തിയും ചെമ്പരുത്തിയും...)

കൊഞ്ചിയും കുഴഞ്ഞാടിയുമെന്റെ
നെഞ്ചിൽ നീ കളിയാടണം!
പിഞ്ചുകാലടി പിച്ചവയ്പതു
കണ്ടെൻ കണ്ണു കുളുർക്കണം-കണ്ടു
സന്തോഷാശ്രു പൊഴിക്കണം!
(ചെത്തിയും ചെമ്പരുത്തിയും...)

സംഗീതം: ദക്ഷിണാമൂർത്തി

ചിത്രം: മിഴികൾ സാക്ഷി

താഴംപൂത്തൊട്ടിലിൽ
താമരത്തുമ്പിയെ
താലോലമാട്ടുവാൻ കാറ്റേ, വാ!
തുമ്പിക്കിടാവിന് സ്വപ്നത്തിലായിരം
തുമ്പക്കുടങ്ങളിൽ പാലൂട്ട്!

തുമ്പിക്കൊരായിരം
കുമ്പിളിൽ തൂവെണ്ണ
അൻപൊടു നീ കൊട് വെണ്ണിലാവേ!
'പിച്ചാപിച്ച' നടത്തുവാനോടിവാ!
പിച്ചകത്തോപ്പിലെ പൂനിലാവേ!

താലോലം! താലോലം!
താമരത്തുമ്പീ! താലോലം!

മഞ്ഞക്കിളിയെ കണികണ്ടുണർന്നാലോ
മന്ദാരപ്പൂ തരും തേൻമധുരം!
മിന്നും പൊന്നിൻ ഞൊറിവച്ചുടുക്കുവാൻ
ചിങ്ങവെയിലേ! ചിറ്റാട തായോ!

താലോലം! താലോലം!
താമരത്തുമ്പീ! താലോലം!
(താഴംപൂത്തൊട്ടിലിൽ...)

സംഗീതം: ദക്ഷിണാമൂർത്തി

ചിത്രം: മിഴികൾ സാക്ഷി

മഞ്ജുതരശ്രീലതികാഗൃഹത്തിലെൻ
കഞ്ജലോചന! നിന്നെ കാത്തിരിപ്പൂ!
ഞാൻ കാത്തിരിപ്പൂ!

വന്നണയാനെന്തേ വൈകുന്നു നീ!– എന്തേ
എന്നെ മറന്നുവോ കണ്ണാ! –നിന–
ക്കെന്നെ മറക്കുവാനാമോ?
(മഞ്ജുതരശ്രീലതികാ...)

മണമുള്ള തിരിയിട്ടു കുടമുല്ലമലരുകൾ
വിളക്കുവച്ചൂ–അന്തിവിളക്കുവച്ചൂ!
വരുമവൻ വരുമെന്നു മധുരമർമ്മരങ്ങളായ്
അരുമയായ് ഒരു കാറ്റ് തഴുകിയോതീ!

വരുവാനിനിയും വൈകരുതേ
കരുണതൻ മണിമുകിലേ!– നീ
കരുണതൻ മണിമുകിലേ!
(മഞ്ജുതരശ്രീലതികാ...)

ഒരുവരുമറിയാതെ അവൻ വന്നു പുണർന്നുവോ
കടമ്പുകളേ! ആകെത്തളിർത്തതെന്തേ?
പരിഭവം നടിച്ചെങ്ങോ മറഞ്ഞു നീയിരുന്നാലും
ഒരു പുല്ലാങ്കുഴൽപ്പാട്ടായൊഴുകിവരും!

അണയാനിനിയും വൈകരുതേ
കനിവിന്റെ യമുനയല്ലേ?– നീ
കനിവിന്റെ യമുനയല്ലേ?– നീ
(മഞ്ജുതരശ്രീലതികാ...)

സംഗീതം: ദക്ഷിണാമൂർത്തി

ചിത്രം: പഴശ്ശിരാജ

ആദിയുഷഃസന്ധ്യ പൂത്തതിവിടെ!
ആദിസർഗ്ഗതാളമാർന്നതിവിടെ!
ബോധനിലാപ്പാൽ കറന്നു
മാമുനിമാർ തപംചെയ്തു
നാദഗംഗയൊഴുകി വന്നതിവിടെ!

ആരിവിടെ കൂരിരുളിൻ മടകൾ തീർത്തു?
ആരിവിടെ തേൻകടന്നൽക്കൂട് തകർത്തു?
ആരിവിടെ ചുരങ്ങൾ താണ്ടി ചൂളമടിച്ചു?
ആനകേറാമാമലതൻ മൗനമുടച്ചു?

"സ്വാതന്ത്ര്യം മേലേ നീലാകാശംപോലെ"
പാടുന്നതാരോ-കാറ്റോ കാട്ടരുവികളോ?
(ആദിയുഷഃസന്ധ്യ...)

ഏതു കൈകൾ അരണിക്കോൽ കടഞ്ഞിരുന്നു?
ചേതനയിൽ അറിവിന്റെ അഗ്നിയുണർന്നു?-
സൂരതേജസ്സാർന്നവർതൻ ജീവനാളംപോൽ
നൂറു മലർവാകകളിൽ ജ്വാലയുണർന്നു!

"സ്വാതന്ത്ര്യം മേലേ നീലാകാശംപോലേ"-
പാടുന്നതാരോ-കാറ്റോ കാട്ടരുവികളോ?
(ആദിയുഷഃസന്ധ്യ...)

സംഗീതം: ഇളയരാജ

ചിത്രം: പഴശ്ശിരാജ

കുന്നത്തെ കൊന്നയ്ക്കും പൊൻമോതിരം
ഇന്നേതോ തമ്പുരാൻ തന്നേ പോയോ?
പല്ലക്കിലേറിയോ വന്നു രാവിൽ?
പഞ്ചമിത്തിങ്കളോ കൂടെ വന്നു?

വരവേല്ക്കുകയായോ കുരവയിട്ടു കിളികൾ വഴിനീളേ
വരിനെൽക്കതിരാട വയലണിഞ്ഞു
ഒരു നവവധുപോലെ!

ആരെ നീ കണികാണുവാൻ ആശതൻ തിരി നീളുമെൻ
പാതിരാമണിദീപമേ! മിഴി ചിമ്മി നില്ക്കുകയായ്!
ഓരോരോ തിരിനാളവും ആ മുഖം കണികണ്ടപോൽ
ചാരുലജ്ജയിലെന്തിനോ തുടുവർണ്ണമായ്!
ആയില്യംകാവിലെ മണിനാഗത്താൻമാർക്കിനി
ആരാരോ പാട്ടുമായ് ഒരു പാലൂട്ട് നേരുന്നു!
തുണയായ് വരണമിനി
ഉടലിൽ നാഗമണിയുമരിയ ഹരനേ!
(കുന്നത്തെ കൊന്നയ്ക്കും...)

ഈ ശംഖിൻ തിരുനെഞ്ചിലെ തീർത്ഥമായൊരു നീർക്കണം
സ്നേഹസാഗരമേതിനി കനിവാർന്നു നല്കിടുവാൻ?
ഈ മുറ്റത്തൊരു തൈമരം പൂത്തുനില്പതിലാടുവാൻ
മോഹമാർന്ന നിലാക്കിളി വരുമോ ഇനി?
കാതോരം ചേർന്നിനി കഥയേതാദ്യം ചൊല്ലണം? —
പാടാത്ത പാട്ടുകൾ ഇനിയേതാദ്യം മൂളണം?

ഇനിയാ തിരുമൊഴിതൻ
അമൃതു തേടുമരിയ മധുരനിമിഷം!
(കുന്നത്തെ കൊന്നയ്ക്കും...)

സംഗീതം: ഇളയരാജ

ചിത്രം: സ്വയംവരപ്പന്തൽ

കവിളിലൊരോമനമറുകുമായ് പൂർണ്ണേന്ദു
അരികിലുദിച്ചപോലേ,
കണ്ടുമറഞ്ഞ കിനാവുപോലവൾ,
കൊഞ്ചും കിളിമകൾപോലെ!
ഒരു ചിത്രലേഖയ്ക്കും ഓർത്തു വരയ്ക്കുവാൻ
അരുതാത്തൊരഴകിന്റെയഴകുപോലെ!
(കവിളിലൊരോമന...)

തുളസിക്കതിർപോലെ, തുമ്പമലർപോലെ,
ഉയിരിൽ നറുമണം തൂകും
പരിശുദ്ധിയാണവൾ, സാന്ത്വനമാണവൾ,
മുറിവുകൾ തഴുകിത്തലോടും!
എഴുതിരിയിട്ട വിളക്കുപോലെ–അതി–
ലെരിയും നറുംസ്നേഹംപോലെ!
(കവിളിലൊരോമന...)

ചുരുൾമുടിച്ചാർത്തിലെ ചെമ്പനീർപ്പൂപോലെ
സുരഭിലം മാനസപുഷ്പം!
സുഖദുഃഖരാശികളാകവേ പങ്കിടും
സുകൃതത്തിൻ സാകല്യംപോലെ!
പ്രണയത്തിൻ സംഗീതധാരപോലെ–അവൾ
മധുരമാം താരാട്ടുപോലെ!
(കവിളിലൊരോമന...)

സംഗീതം: ജോൺസൺ

ചിത്രം: സ്വയംവരപ്പന്തൽ

തന്നനം പാടി വരാമോ
താഴെയീ താരണിമേട്ടിൽ?
അൻപെഴും തോഴരൊത്താടാൻ
അമ്പിളിപ്പേടമാൻ കുഞ്ഞേ!
(തന്നനം പാടി...)

വെണ്ണിലാപ്പുത്തിലഞ്ഞിപ്പൂഞ്ചോട്ടിൽ
ഒന്നുചേർന്നാടിപ്പാടാൻ പോരാമോ?
മഞ്ഞു പെയ്യുമ്പോൾ മാറിലെച്ചൂടും
ചുണ്ടിലെത്തേനും പങ്കുവച്ചീടാം!
കൈത ചൂടും പൊന്നിന്നെന്തേ സൗരഭ്യം?
വിണ്ണിനില്ലാപ്പൊൻകിനാക്കൾ
മണ്ണിനുണ്ടോമനേ!
(തന്നനം പാടി...)

വെള്ളിലംകാടുപോലെ താഴ്‌വാരം!
നല്ലിളം കാറ്റു പൊല്ലി പുന്നാരം!
മാന്തളിർ നുള്ളാം-മാങ്കനി വീഴ്ത്താം-
തെങ്ങിളനീരിൻ-തേൻ കുളിരേകാം!
ദൂരെ ദൂരെ മണ്ണും വിണ്ണും കൈകോർക്കും
തീരഭൂവിൽ പാടിയേതോ
മൺകളിവീണ!
(തന്നനം പാടി...)

സംഗീതം: ജോൺസൺ

ചിത്രം: സ്വയംവരപ്പന്തൽ

ആനന്ദഹേമന്തസന്ധ്യേ! നിൻ സിന്ദൂരം
തൂവുകെൻ സ്വപ്നങ്ങളിൽ!
തീരമണഞ്ഞെൻ തോണിയിതാ!
നീയണയാനെന്തേ വൈകുന്നു?
(ആനന്ദഹേമന്ത...)

കാതരമാം ഈ ഹൃദയം
കാണിക്കയായിന്നു സ്വീകരിക്കൂ!
സ്നേഹം നീട്ടും പൂജാപാത്രം
ദേവി നീ കൈക്കൊള്ളുമോ?
നീയൊരു മോഹത്തിൻ സാഫല്യം!
(ആനന്ദഹേമന്ത...)

നീയണയും കൽപ്പടവിൽ
പൂവും പനീരുമായ് കാത്തിരിപ്പൂ!
ദൂരേ സന്ധ്യാതാരം സാക്ഷി!
താഴെയീ പൂത്തോണിയും!
നീയെന്റെ ജീവന്റെ കൈവല്യം!
(ആനന്ദഹേമന്ത...)

സംഗീതം: ജോൺസൺ

ചിത്രം: അന്യർ

അനുരാഗമാനന്ദസൗഗന്ധികം!
അതു മുകർന്നേതോ ആത്മാവിലെ
ഉന്മാദമായ്!–സംഗീതമായ്!

ഋതുശോഭയാകെ
ഒരു പെൺകിടാവിൽ
കണികണ്ട കണ്ണിൽ
കനവൊന്നുദിക്കാം
മയിലാഞ്ചി ചാർത്തും
ഇരുകൈകളായ്!
(അനുരാഗ...)

ഹൃദയത്തിലേതോ
കുയിലിന്റെ ഗാനം
ശ്രുതിയായ് തുടിക്കാൻ
സിരകൾക്ക് മോഹം!
ഉടൽ വീണയാക്കി
ഉയിർ ഗാനമായ്!
(അനുരാഗ...)

സംഗീതം: രമേഷ് നാരായണൻ

ചിത്രം: ഒറ്റനാണയം

ഈ കൈകൾതൻ പാഴിലക്കുമ്പിളിൽ
തൂകില്ലയോ ദാഹനീരിത്തിരി?
തീവെയിലാളും–!
ഈ വഴിയൂടെൻ
ജീവിതവണ്ടി–
പായുകയായ്!

കനിവുള്ള മാളോർ ഒരു ചില്ലി തന്നാൽ
ഒരു ജീവനാളം പൊലിയാതെ നീളും!

നീ തരൂ താളം–ധീം
ധിം ധിന ധീം ധീം!
ജീവിതവണ്ടി–
പായുകയായ്!

പശിയെന്ന താപം
വിധി തന്നതാണോ?
ഇത് ജന്മശാപം–നീ പാടൂ!
അരി വെന്ത വെള്ളം
ഒരു തെല്ലു മോന്തി
പൊരിയുന്ന ജീവൻ കേഴുന്നു!

തകധിമിതാളത്തിൽ
ഉരുളുകൾ പായുമ്പോൾ
ഇതുവഴി പാളങ്ങൾ
ഞെരിയുകയാണല്ലോ!

ഒരു ജന്മഭാരം ഇരുതോളിലേറ്റി
ഞെരിയുന്നു ഞങ്ങൾ-അറിയുന്നതാരോ!

പാടുക നീയും-ധീം
ധീം തന താളം
ജീവിതവണ്ടി-
പായുകയായ്!

ഉയിർ നൊന്തിടുമ്പോൾ,
വയർ കാളിടുമ്പോൾ
കനിവാർന്നു നിങ്ങൾ തന്നേ പോം
ഒരു വറ്റിലല്ലോ
തെളിയുന്നു ദൈവം!

അറിയുന്നു ഞങ്ങൾ മാളോരേ!
വലിയൊരു കേറ്റത്തിൽ
തളരുകയായ് താളം!
ഇനിയൊരിറക്കത്തിൽ
മുറുകിവരും താളം!

ഇളവേല്ക്കുവാനായ്-തല ചായ്ക്കുവാനായ്
ഇടമൊന്നു തേടി-എവിടേക്കീ യാത്ര?

കാടുകൾ താണ്ടി
മേടുകൾ താണ്ടി
ജീവിതവണ്ടി-
പായുകയായ്!

(ഈ കൈകൾതൻ പാഴിലക്കുമ്പിളിൽ...)

സംഗീതം: എസ്. പി. വെങ്കിടേഷ്

ചിത്രം: ഏ. കെ. ജി.

തുടലുകൾ പൊട്ടിക്കാൻ വെമ്പും ഏതടിമയ്ക്കും
തുണയായ് നീ ഇന്നലെ ഇതിലേ വന്നൂ!
ഏ. കെ. ജി. എന്ന മൂന്നക്ഷരത്താൽ ഞങ്ങ-
ളോർക്കുന്ന ധീരതേ, നീ വന്നൂ!

ഒരുകുമ്പിൾക്കഞ്ഞിക്കായുഴലുന്നോർക്കും
തലചായ്ക്കാനിടമില്ലാതലയുന്നോർക്കും
മണ്ണിൽ മടച്ചു മരിക്കുന്ന നിസ്വർക്കും
നീൻ കൈകൾ ശക്തി പകർന്നൂ!

ഒരു കൊടുംകാറ്റായ് നീയിതിലേ വന്നൂ!
ഒരു തുടുജ്ജ്വാലയായിതിലേ വന്നൂ!
നിൻ കരമേന്തിയ ചെങ്കൊടിതൻ കീഴിൽ
നിന്ദിതർ പീഡിതർ അണിനിരന്നൂ!

പാടങ്ങളിൽ പണിശാലകളിൽ
പാടുപെടുന്നോർതൻ കൂരകളിൽ
കനലൊളിപ്പുലർവെട്ടമായി വന്നൂ-നീ
കനിവിന്റെ തേൻമഴയായി വന്നൂ!

മുൾമുടി ചൂടി നീ പോയോരാപ്പാതകൾ
പിന്നെയും കാൺമുഞങ്ങൾ!
നിന്റെ കാൽപ്പാടിലെ ചെഞ്ചോരയീ മണ്ണിൽ
സിന്ദൂരപുഷ്പങ്ങളായീ!

(തുടലുകൾ പൊട്ടിക്കാൻ...)

സംഗീതം: രാജീവ് ഓയെൻവി

ചിത്രം: രാത്രിമഴ

ബഡാ ഖയാൽ – വിലംബിത് ഏക്താൾ

സ്ഥായി:

ശ്യാമമനോഹരി! വർഷാസുന്ദരി!
നീ വരൂ, കേളിലോലേ!
ജിം ജിം ജിം രിമു ജിം ജിം മധു–
മഞ്ജീരധ്വനിയോടെ!

അന്തര:

ഗായതി മധുരം നീരദജാലം!
ഗായതി പികകുലമാലോലം!
നൃത്യതി നൃത്യതി സകലം ഭുവനം
മത്തമയൂരസമാനം!–മധുരസ–
മത്തമയൂരസമാനം!

ഛോട്ടാ ഖയാൽ – ഝപ് താൾ

സ്ഥായി: മനസി നഭസി മാധ്വീധാരാ!
ജലധരനിരതൻ തീർത്ഥധാരാ!

അന്തര: പാടു ബാംസുരി ഋതുശുഭരാഗം!
വർഷാമംഗലനാന്ദീഗീതം!

ദ്രുത് തീൻതാൾ

സ്ഥായി: ആടിമുകിലിൻ നാദഹർഷമേ!
ആർദ്രമധുസംഗീതവർഷമേ!

അന്തര: നീയൊരു വിദ്യുല്ലതയായണയൂ
നീലാഞ്ജനമണിമുകിലിൻ മാറിൽ!

സംഗീതം: രമേഷ് നാരായണൻ

ചിത്രം: തലപ്പാവ്

കണ്ണിനു കുളിരാം കണ്ണാന്തളി നീ
മിന്നും പൊന്നും ചാർത്തീലേ?
കല്ലേം മാലേം ചാർത്തീലേ?
താഴ്‌വര തീർത്തൊരു തളിർമഞ്ചംതന്നിലായ്
താണിരുന്നാടേണ്ടേ?
താളത്തിലാടേണ്ടേ?

ഏഴഴകോലും മഴവില്ലു പൂക്കും
മേടുകൾ കാണാൻ മോഹമില്ലേ?
പാലകൾ പൂക്കും വഴിയേ നിലാവിൽ
പാടുമൊരാളെ കാണുവാനോ
കാതരയായ് നീ കാത്തുനിന്നൂ?

ആരറിയുന്നു ഒരു കാട്ടുപൂവിൻ
ആത്മാവിലാരോ പാടുമീണം!
നീയിനിയാരും കണികാണാപ്പൂവായ്
വീണടിയാനോ കൺതുറന്നൂ?-
ഈയിരുൾക്കാട്ടിൽ നീ പിറന്നൂ?
(കണ്ണിനു കുളിരാം...)

സംഗീതം: അലെക്സ് പോൾ

ചിത്രം: ഭാര്യ സ്വന്തം സുഹൃത്ത്

കരയാമ്പൽപ്പൂവും തുടുറോജാമലരും
തിരുമുൽക്കണിവയ്ക്കും പിറന്നാള് വന്നു!
ഒരു മധുരക്കേക്കിൽ
മെഴുതിരികൾ പൂത്തു!
കുളിർകാറ്റേ! മലർനാളം
ഊതിയൂതി നീ കെടുത്തു!

കരയാമ്പൽപ്പൂവും തുടുറോജാമലരും
തിരുമുൽക്കണിവയ്ക്കും പുതുപിറന്നാള് വന്നു!

മമ്മിക്കും പപ്പയ്ക്കും പൊന്നോമനമോൾക്കും
ജന്മാന്തരസൗഹൃദമാമൻപാർന്നൊരു വീട്!
പൂൽക്കൂട്ടിലെയുണ്ണിപ്പൂ കൺചിമ്മും നേരം
പൂത്തുമ്പികൾ ഓശാനകൾ പാടിവരും വീട്!
താളത്തിലീരിലകൾ ആലോലം വീശി
മാലാഖകൾ പാടിവരും താഴത്തെ വീട്!

ഈ വീട് നമ്മുടെ സൗഹൃദക്കൂട്!
ഈ വീട് നമ്മുടെ സ്നേഹത്തിൻ കൂട്!
(കരയാമ്പൽപ്പൂവും...)

കാക്കക്കുയിൽ പാടുന്നൊരു കാവുകളിൽ പോകാൻ
കാറ്റേറ്റ് തൈത്തെങ്ങുകൾ ആടുന്നതു കാണാൻ
മുക്കുറ്റിപ്പൂവിരിയും മുറ്റങ്ങൾ കാണാൻ
മൂവന്തിത്തിരിവയ്ക്കും മുല്ലത്തറ കാണാൻ
മണ്ണിൽ പുതുമഴ പെയ്തൊരു മണമൊന്നു മുകരാൻ
എന്തെന്തു മോഹം! വഴിയറിയില്ല പോകാൻ!

ഈ വീട് നമ്മുടെ സൗഹൃദക്കൂട്!
ഈ വീട് നമ്മുടെ സ്നേഹത്തിൻ കൂട്!
(കരയാമ്പൽപ്പൂവും...)

സംഗീതം: അലെക്സ് പോൾ

ചിത്രം: ഭാര്യ സ്വന്തം സുഹൃത്ത്

വീണ്ടും മകരനിലാവ് വരും
മാമ്പൂവിൻ മണമൊഴുകിവരും
ഉള്ളിൽ പ്രണയസ്വപ്നം കാണും
പുള്ളിക്കുയിലേ, ഇതിലേ!
നീട്ടിനീട്ടി കുറുകിക്കുറുകിക്കുറുകി
പാട്ടു പാടി വരൂ നീ!
പാട്ടു പാടി വരൂ! (വീണ്ടും മകരനിലാവ്...)

നിത്യയൗവനകാമനകൾ തൈ
നട്ടു നനച്ചൊരു മുന്തിരികൾ
നിന്റെ കിനാവുകൾപോലേ!
നെഞ്ചിലെ മോഹംപോലേ!
ചെമ്മുകിൽ മാലകൾപോലേ!
പൂത്തുലയുകയായ് തേന്മണിമുത്തുകൾ
കാറ്റിലാടുകയായ്!
വരൂ, വരൂ, നുകരൂ!-ഈ
വസന്തമധുരിമകൾ! (വീണ്ടും മകരനിലാവ്...)

പാതിമെയ്യാളൊത്തുവരൂ
രാപ്പാർക്കുവാനീ പൂക്കുടിലിൽ
താഴ്ത്തിയ തിരികൾപോലേ
താരകൾ മങ്ങീ മേലേ!
കിന്നരതന്ത്രികൾ മൂളീ
വാഴ്വൊരു ഗീതംപോലേ!
മദകരമാകും മധു പകരുന്നൊരു
പാനപാത്രം പോലേ!
വരൂ, വരൂ, നുകരൂ!-ഈ
വസന്തമധുരിമകൾ! (വീണ്ടും മകരനിലാവ്...)

സംഗീതം: അലെക്സ് പോൾ

ചിത്രം: ഭാര്യ സ്വന്തം സുഹൃത്ത്

മന്ദാരമണിവാട്ടിക്കാരു തന്നു
ഓ–ആരു തന്നൂ–പൂക്കൾ
തുന്നിയൊരീ മന്ത്രകോടി?–
ഓ–മന്ത്രകോടി?

ആരുടെ മിന്നുകെട്ടിനുവേണ്ടി–ദൂരെ
ദൂരെയാ പള്ളിമണികൾ മുഴങ്ങീ
ഓരോ പൂവും ഒരു കുമ്പിൾ തേനുമായ്
ആരെ പ്രതീക്ഷിച്ചു നിന്നൂ–ഇ-
ന്നാരെ പ്രതീക്ഷിച്ചു നിന്നു? (മന്ദാരമണിവാട്ടി...)

ഇണയുടെ കാതിലാ കുയിലെന്തേ ചൊല്ലീ?–
'പ്രണയത്തിനില്ലല്ലോ പ്രായം!'
പുലർകാലവെയിലു വന്നുമ്മവയ്ക്കേ–മണ്ണിൽ
പുളകങ്ങൾ പൂവുകളായീ!
എന്നും വിരിയുന്ന പൂവല്ലോ പ്രണയം
ഓരോ പൂവും ഒരുങ്ങി നിന്നൂ!
മന്ത്രകോടിയുടുത്തു നിന്നൂ! (മന്ദാരമണിവാട്ടി...)

തളിരണിമാവിന്റെ കൈക്കുമ്പിൾ നീട്ടി
പ്രണയത്തിൻ സിന്ദൂരമല്ലേ?
കുറുകുഴലൂതുന്നു തെന്നലും തുമ്പിയും
കരളിലെ സ്നേഹത്തിൻ ഈണം!
എന്നും ചിരി തൂകും പൂവല്ലോ പ്രണയം!
ഓരോ പൂവും കിനാവുകണ്ടു
മന്ത്രകോടിയണിഞ്ഞുനിന്നൂ! (മന്ദാരമണിവാട്ടി...)

സംഗീതം: അലെക്സ് പോൾ

ചിത്രം: ഭാര്യ സ്വന്തം സുഹൃത്ത്

നേടിയതൊന്നുമെടുക്കാതെ-ഇനി
ഏതൊരിടം എന്നറിയാതെ
മുളിയൊരീണം മുഴുമിക്കാതെ
മൂകരായ് നാം പടിയിറങ്ങും!
(നേടിയതൊന്നും...)

ഒരുവഴി വന്നൊരു പുലർവെയിൽ മറ്റൊരു
വഴിയേ പോയ് മറയുന്നു!
വിടപറയുമ്പോൾ നോവിൻ ഈറൻ-
മിഴികൾ താനേ അടയുന്നു!
ഒരുപിടി നെന്മണി വിതറിയ കൈകളെ
ഒരു കിളിയോർത്തു തേങ്ങുന്നു!
(നേടിയതൊന്നും...)

ഒരുകുറി മാത്രം വരുമിതിലേ നാം
ചെറിയൊരു വേഷം ചെയ്യാനായ്!
പിഴകൾ തിരുത്താനാവുംമുമ്പേ
ഇതാണ് ജീവിതമെന്നറിവൂ!
മൃതിയെ ജയിക്കും മധുരസ്മൃതികൾ
അമൃതസുഗന്ധം തൂകുന്നു!
(നേടിയതൊന്നും...)

സംഗീതം: അലെക്സ് പോൾ

ചിത്രം: കളഭമഴ

കുളിരിന്റെ കുടമൂതും മുകിലേ വാ!–
ഇതിലേ വാ!–ഇതിലേ വാ! ഇതിലേ വാ!
ദാഹിക്കും മണ്ണിനു പനിനീരും കളഭവുമായ്!–
പനിനീരും കളഭവുമായ്!

പുന്നെല്ലിൻ പുന്നാരക്കതിർ നൂലിൽ കോർത്തുതരൂ!–
കുന്നോളം നെന്മണികൾ പൊന്മണികൾ കോർത്തുതരൂ!
(കുളിരിന്റെ കുടമൂതും...)

ചെന്തെങ്ങിൻ ഒക്കത്തെ പൊന്നുംകുടങ്ങളെ
അന്തിക്കതിർ കനകം പൂശീ!
പൊൻകുരുന്നോലയിൽ വാർതെന്നലോടിവ–
ന്നൻപിന്റെ മന്ത്രം കുറിച്ചൂ!
തന്നാനം മയിൽ തന്നാനം!
തന്നാനം കുയിൽ തന്നാനം!
(കുളിരിന്റെ കുടമൂതും...)

തുമ്പക്കുടങ്ങളിൽ മണ്ണിന്റെ വാത്സല്യം
തുമ്പികൾക്കാരേ പകർന്നൂ?
നല്ല പിറന്നാളിൻ പാട്ടുപാടാനെന്റെ
ചെല്ലക്കുരുവീ! നീ വായോ!

കൂഹൂ പൂങ്കുയിൽ പാടുന്നേ!
കൂടെക്കുയിലമ്മ പാടുന്നേ!
(കുളിരിന്റെ കുടമൂതും...)

സംഗീതം: രാജീവ് ഓയെൻവി

ചിത്രം: കളഭമഴ

കാതിൽ കുണുക്കുള്ള ചെമ്പരത്തീ! നിന്നെ
കാറ്റിന്റെ മഞ്ചലിലാരിരുത്തീ?
ആരേ ആ മഞ്ചല് തോളിലേറ്റാൻ
ആശിച്ചു മോഹിച്ചിങ്ങെത്തീ?-
നാണിച്ചു നാണിച്ചിരിക്കും നിന്നെ-ആരേ
കാണാൻ കൊതിച്ചു കൊതിച്ചുനിന്നൂ?
(കാതിൽ കുണുക്കുള്ള...)

മഞ്ജുമലർപ്പട്ടിതാരു തന്നൂ?-പിന്നെ
മംഗളകുങ്കുമം തൊട്ടുതന്നൂ?
ആരുമറിയാതെ, നീയുമറിയാതെ,
ആരേ നിൻ കവിളത്തൊരുമ്മ തന്നൂ?-
ആടും മഞ്ചലിലാരോമലേ! നീയൊ-
രാനന്ദലഹരി നുകർന്നൂ!
(കാതിൽ കുണുക്കുള്ള...)

താളത്തിൽ നിൻ മഞ്ചൽ താണുയർന്നൂ-അതിൽ
താമരപ്പൈങ്കിളി നീയിരുന്നൂ!
ആ മണിമഞ്ചൽ ഞാനായിരുന്നൂ എന്ന-
തോമനേ! നീയറിയാതിരുന്നൂ!-
ആടും ലാസ്യത്തിൽ നാമലിഞ്ഞൂ-അതിൻ
ആത്മഹർഷം നാം നുകർന്നൂ!
(കാതിൽ കുണുക്കുള്ള...)

സംഗീതം: രാജീവ് ഓയെൻവി

ചിത്രം: കളഭമഴ

കനൽപോലെ പൊരിയണ മണലിന്റെ ചൂടുള്ള,
കടലിന്റെ ചൂരുള്ള കാറ്റേ!
കണ്ടോ നീ കടലിനക്കരെ എന്റെ ബാപ്പാനെ?
നെഞ്ചു നിറയെ അൻപുള്ളൊരെന്റെ ബാപ്പാനെ?

(കനൽപോലെ...)

എന്റെ ബാപ്പാ താമസിക്കണ വീടു നീ കണ്ടോ?
എന്റെ ബാപ്പാ നിസ്കരിക്കണ പള്ളി നീ കണ്ടോ?
ഇന്നു വരും നാളെ വരും എന്നോർത്തെൻ ബാപ്പാനെ
ഒന്നു കാണാൻ പൊന്നുമോള് കാത്തിരിപ്പാണ്
–എന്റെ
ഉമ്മയും ഉപ്പൂപ്പേം കാത്തിരിപ്പാണ്!

(കനൽപോലെ...)

പൊന്നുവേണ്ട, പണ്ടങ്ങളൊന്നും വേണ്ട!
മിന്നുന്ന കുപ്പായോം തട്ടവും വേണ്ട!
എന്റെ ബാപ്പാ ഒന്നിങ്ങു വന്നാൽ മതിയെനിക്ക്!
കണ്ണുനീരോടെന്റെയുമ്മേം കാത്തിരിപ്പാണ്!–പള്ളി–
ക്കെന്നുമോരോ നേർച്ച നേർന്ന് കാത്തിരിപ്പാണ്!

(കനൽപോലെ...)

സംഗീതം: രാജീവ് ഓയെൻവി

ചിത്രം: കളഭമഴ

സന്ധ്യേ, നിൻ മൗനവുമിന്നൊരനുരാഗ-
സന്ദേശമായി ഞാൻ കേട്ടു.
തങ്കമുകിലിൻ തകിടിൽ വായിച്ചു ഞാൻ
ഇന്നൊരു പ്രേമപത്രം-ഒരു
സുന്ദരപ്രേമപത്രം!

ഓമൽക്കുരുവീ, നിനക്കറിയാമോ – ആ
പ്രേമലിഖിതമാരെഴുതി?
ദേവകുമാരനോ, ഗന്ധർവ്വനോ അവൻ?
സ്നേഹിച്ചുതീരാത്ത കാമുകനോ?
ശാലീനയാമൊരു ഗ്രാമീണകന്യതൻ
ആരാധകനായി വന്നതാരോ?
(സന്ധ്യേ...)

നീട്ടിക്കുറുക്കി വിളിപ്പതാരെ-എന്റെ
കൂട്ടിലെ കൺമണിപ്രാവേ!
ഏതോ കിനാവിൽ നീ കണ്ടു മോഹിച്ചൊരു
കാതരനാം കളിത്തോഴനെയോ?
ആശ്ലേഷമാലയാൽ ആരോ പകർന്നിടും
ആത്മഹർഷം നീ കൊതിച്ചുപോയോ?
(സന്ധ്യേ...)

സംഗീതം: മങ്കട ദാമു

ചിത്രം: കളഭമഴ

അരളിപ്പൂ തുരുതുരെ വിരിയുംപോലെ-എന്റെ
കരളിലൊരരുണിമ പൂത്തിറങ്ങീ!
തളിരിട്ട കിളിമരക്കൊമ്പിൽ-ഇണ-
ക്കിളി പാടീ, ഇനിയൊരു കൂടുകൂട്ടാം!-
ഇനി നമുക്കൊരു കൂടുകൂട്ടാം!

പാറിപ്പറന്നുപോവാം!
പാടിപ്പറന്നു പോവാം!
പാടത്തെ പവിഴക്കതിരു കൊയ്തു
പാടാം, നമുക്കൊന്നായ് പാടാം!
കറ്റ മെതിക്കും കളങ്ങളിലെ-ഉതിർ-
മുത്തുകൾ കൊത്തിപ്പെറുക്കാം!
നറുതേൻകുടങ്ങളാം കനികൾ നീട്ടി
കദളീവനങ്ങളും കാത്തുനില്പൂ!
(അരളിപ്പൂ...)

നീളേ നീളേ പറന്നുപോവാം!
മേലേ മേലേ ഉയർന്നുപോവാം!
ആവണിക്കുളിരിൽ ചിറകൊതുക്കി
കാണാം കിനാവുകൾ കാണാം!
കൂട്ടിലിരിക്കും കുരുന്നുകളെ-കനി-
ഞ്ഞൂട്ടുവാൻ നെന്മണി തേടാം!
ഒരുനാളക്കുഞ്ഞുങ്ങൾ ചിറകു നീർത്തു
ഒരു പാട്ടുപാടി പറന്നുപോവും!

സംഗീതം: മങ്കട ദാമു

ചിത്രം: കളഭമഴ

ഒരു പഴുത്തിലകൂടി കൊഴിയുകയായ്-കാറ്റി-
ലൊരു മഞ്ഞക്കിളിത്തൂവൽപോലെ!
പ്രിയതരു കഥയോർത്തുനിന്നൂ!
ഇവളെന്റെ പ്രിയപുത്രി!-ദുഃഖപുത്രി!

ഒരുനാൾ തളിരായ് തുടുത്തുണർന്നൂ-സൂര്യ-
കിരണങ്ങൾ കോരിക്കുടിച്ചു നിന്നൂ!
സുഖകരമാ-താപമേറ്റുവാങ്ങി
ശിഖരത്തിൻ സിരകളിലുയിർപകർന്നു
മോഹങ്ങൾ മൊട്ടിട്ടുണർന്നൂ-നെഞ്ചിൽ
സ്നേഹം തുടികൊട്ടിനിന്നൂ!

എരിയും വെയിലിൻ നഖക്ഷതങ്ങൾ-ശ്യാമ-
ഹരിതമാം മെയ്യിൽ മുറിവുകളായ്!
ഇനിയവൾക്കാവില്ലാ സൂര്യതാപം-മാതൃ-
സിരകളിലേക്കു പകർന്നു നല്കാൻ!
പാഴില കാറ്റിലലഞ്ഞൂ-ഇനി
താവളമെവിടെ, എവിടെ?
(ഒരു പഴുത്തിലകൂടി...)

സംഗീതം: മങ്കട ദാമു

ചിത്രം: പാട്ടിന്റെ പാലാഴി

ഉദയസൂര്യനെ തുയിലുണർത്തുവാൻ
വരിക ശാരികേ, നീയരികേ
വരവീണാനാദവുമായ്!
(ഉദയസൂര്യനെ...)

പൂർവ്വനഭസ്സിന്റെ തീരത്തുഷസ്സിന്റെ
ദേവതതൻ പ്രിയഗായികേ!
ആദിത്യരശ്മികൾ ആയിരം തന്ത്രിയായ്
ആനന്ദഭൈരവി മീട്ടൂ നീ!
ഉണരും ഗംഗയിൽ മംഗളശ്രീരാഗം
കുയിലും പാടുന്നു പഞ്ചമമോഹനം
അഴകിൻ ഉറവായ് ഗഗനം!
അമൃതിൻ നിറവായ് ഭുവനം!
(ഉദയസൂര്യനെ...)

ആ മധുരാർദ്രമാം സാമസംഗീതത്തിൻ
ആഴത്തിൽനിന്നൊരു മുത്തു തരൂ!
ഞാനതെൻ ഈരിഴമാലയിൽ കോർക്കട്ടെ
കാണിക്കവയ്ക്കട്ടെ നിൻ മുന്നിൽ!
വിരിയുമെന്റെയീ അക്ഷരപ്പൂക്കളിൽ
നിറയെ ശാലീനമോഹപരാഗങ്ങൾ!
ഒരു പൊൻതുടിയായ് ഹൃദയം!
സ്വരമഞ്ജരിയായ് ഉദയം!
(ഉദയസൂര്യനെ...)

സംഗീതം: സുരേഷ് മണിമല

ചിത്രം: പാട്ടിന്റെ പാലാഴി

ശതതന്ത്രിയാകും മണിവീണ, യീ വിശ്വ-
ഹൃദയമൊരു മാണിക്യവീണ!
സുസ്നേഹഭാവങ്ങൾ സ്വർണ്ണാംഗുലികളാൽ
സപ്തസ്വരങ്ങൾതൻ കലികകൾ വിടർത്തുന്ന
മുഗ്ദ്ധസംഗീതവസന്തം രചിക്കുന്ന...
(ശതതന്ത്രിയാകും...)

ഇളവെയിൽത്തന്ത്രികൾ മീട്ടിയുഷസ്സന്ധ്യ
മധുരമാം ഭൂപാളമാലപിക്കും!
ആയിരം കിളികളും പുഴകളും കുളുർകാറ്റി-
ലാരാഗമാത്മാവിലേറ്റുവാങ്ങും!
ഹരിനീലമാം പീലി തുള്ളും മയൂരമായ്
പ്രകൃതിയിലാലോലമാടും!
(ശതതന്ത്രിയാകും...)

അനഘമുഹൂർത്തങ്ങളാത്മഹർഷത്തിന്റെ
അമൃതവർഷിണിരാഗമാലപിക്കും!
സായന്തനങ്ങൾതൻ സൗന്ദര്യസാനുവിൽ
വാസന്തകോകിലാലാപമാകും!
ഒടുവിൽ വന്നടിയുന്ന ശാന്തിതൻ തീരത്തി-
ലൊരു ശംഖിലോംകാരമാകും!
(ശതതന്ത്രിയാകും...)

സംഗീതം: സുരേഷ് മണിമല

ചിത്രം: പാട്ടിന്റെ പാലാഴി

പാട്ടുപാടുവാൻ മാത്രം-ഒരു
കൂട്ടു തേടിയെൻ രാപ്പാടി
വന്നതെന്തിനീ കൂട്ടിൽ?-കണി-
ക്കൊന്ന പൊന്നുതിരുമീ വനിയിൽ
പാതിരാക്കുരുവി നിൻ
കിനാവുകൾ, നിനവുകൾ
ഏതു മൺവീണതൻ മലർത്തന്തി
തേടുന്നുവോ?-കേഴുന്നുവോ?

(പാട്ടു പാടുവാൻ...)

വിഷാദരാഗഭാവം വിടരാതകതാരിലൊതുക്കി
റിലോലതന്തിയാകെ വിമൂകശാന്തമായോ?
പറയൂ, നിന്റെ തേൻകുടമുടഞ്ഞുവോ?
ഒരു ചക്രവാകം വിതുമ്പീ!
ഇന്നെൻ സൗഗന്ധികങ്ങൾ
കൊഴിഞ്ഞുവീഴുന്നുവോ?

(പാട്ടു പാടുവാൻ...)

വിശാലനീലവാനിൽ മധുമാസനിലാവു
മയങ്ങീ!...
മനസ്സരസ്സിലേതോ മരാളികാവിലാപം!
തരളമാനസേ, തരിക, മാപ്പു നീ!-
ഒരു കാറ്റു കണ്ണീരോടോതീ!
സ്നേഹം സംഗീതമാകും
വിദൂരതീരമെങ്ങോ!

(പാട്ടു പാടുവാൻ...)

സംഗീതം: സുരേഷ് മണിമല

ചിത്രം: പാട്ടിന്റെ പാലാഴി

പൊന്നുംനൂലിൽ പൂമുത്തുപോലെ
പൊന്നുഷത്താരകപോലെ
നീയെൻ സ്വപ്നതീരങ്ങളിൽ
ആയിരം പൂക്കണിയായി!
ആരോ ആരോ ആരോമലേ
ആരു നീ പൂമകൾപോലേ?
ആരോ ആരോ നീയോമലേ
ആതിരപ്പൂന്തിങ്കൾപോലേ?

രാക്കുയിലമ്മതൻ താരാട്ടു കേട്ടു
പൂക്കളുറങ്ങുകയായി!
കന്നിനിലാവിന്റെ തൊട്ടിലിനുള്ളിൽ
അമ്പിളിക്കുഞ്ഞുമുറങ്ങി!
ആലിലച്ചില്ലയിൽ തുള്ളും കാറ്റും
ആടിത്തളർന്നു മയങ്ങി!

താഴംപൂക്കളിൽ മെല്ലെ
ചായും തെന്നലേപ്പോലെ!
നിൻ കുഞ്ഞുമാറിൽ, നിൻ മിഴിക്കോണിൽ
തങ്കക്കിനാവിളവേല്ക്കും!

പോരൂ ദേവദൂതികളേ!
താഴെയെൻ കുഞ്ഞിനു കൂട്ടായ്!
(പൊന്നുംനൂലിൽ...)

വാനിന്റെ വാത്സല്യം തീർത്ഥം തളിക്കും!
കാനനജ്ജ്വാലകൾ പൂക്കും!
കാർമുകിലാനകൾ പൂരത്തിനെത്തും

കാവിലെ കാഴ്ചകൾ കാണാം!
താമരക്കാലടി താതെയ് താതെയ്
താളത്തിലൊന്നിനിയാട്!

ആടൂ ലാവണ്യലാസ്യം!
പാടാം മോഹനരാഗം!
ആടുന്നതാരോ ദേവതമാരോ?
താരാമനോഹരിമാരോ?

പാടാം ഞാനെൻ കൺമണിക്കായ്
പാട്ടിന്റെ പാലാഴി തീർക്കാം!
(പൊന്നുംനൂലിൽ...)

സംഗീതം: സുരേഷ് മണിമല

ചിത്രം: പാട്ടിന്റെ പാലാഴി

അമ്മക്കുരുവീ, കുരുവീ,
അമ്മിണിക്കുരുവീ!
പൊന്മണിക്കതിർ കൊക്കിലേന്തി,
കുഞ്ഞിരിക്കും കൂടണയാൻ
അഞ്ജനക്കുരുവീ, കുരുവീ,
പറന്നുവായോ!

(അമ്മക്കുരുവീ...)

നീ വരുംവഴി നൊന്തുപാടും മുളംകാടുണ്ടോ?
നീയതിന്റെ പാട്ടൊരെണ്ണം പഠിച്ചുവായോ!
നീ വരുംവഴി തെന്നൽ മേയും തേന്മാവുണ്ടോ?
മാവിലൂഞ്ഞാലാടുമുണ്ണിക്കനികളുണ്ടോ?
മഴവില്ലിന്നഴകുള്ള പൂക്കളുണ്ടോ?–പൂ-
മഴപെയ്താൽ കിളിർക്കുന്ന കിനാക്കളുണ്ടോ?

(അമ്മക്കുരുവീ...)

വിണ്ണിലെ പൊന്നുരുളിയിൽ പാൽപ്പായസം വച്ച്
മണ്ണിലെ പൂക്കിടാങ്ങൾക്കതു പകർന്നുവച്ച്
കാത്തിരിക്കുമൊരമ്മയുണ്ടോ നീ വരുംവഴിയിൽ?
രാത്രിമുല്ലകൾ വാസനത്തിരി കൊളുത്തും നടയിൽ?
ഇരുൾവീണു, കുളുർ മഞ്ഞും കൂടെ വന്നു–പൂ-
ങ്കുരുവീ, നിൻ മണിക്കുഞ്ഞും മയക്കമായോ?

(അമ്മക്കുരുവീ...)

സംഗീതം: സുരേഷ് മണിമല

ചിത്രം: പാട്ടിന്റെ പാലാഴി

ഒരു മലർമഞ്ചലുമായി വാ
മണിമുകിലേ, ഇതിലേ!
മധുമതി നീയതിലേറി വാ
മമ സഖി നവവധുവായ്!
മദകരരാസകേളിയായ്
മധുവിധുവേളയായ്!
സുരഭിലയാമമായിതാ
സുമശരദൂതികേ!
(ഒരു മലർമഞ്ചലുമായ്...)

ചന്ദനവനങ്ങളിൽ ചന്ദ്രകിരണങ്ങൾപോൽ
എൻ കരളിൽ നീ കുളിർപെയ്തു വാ!
പിന്നെയുമെന്നോമനേ, എന്റെ കളിത്തോഴിയായ്
പൊന്നിലഞ്ഞിതൻ മലർ കോർത്തു വാ!
അന്തിമേഘങ്ങൾ പൂത്തപോലെയാം
മുന്തിരിത്തോപ്പിൽ വരൂ രാപ്പാർക്കാൻ!
ദേവദാരുവിൻ തണൽപ്പൂഞ്ചോട്ടിൽ
ദേവഹംസമായ് കളിയാടാൻ വാ!
(ഒരു മലർമഞ്ചലുമായ്...)

കല്പതരുമാരനെ പുഷ്പിതലതാസഖി
ചാർത്തീ അഴകിൻ നവമാലിക!
കേട്ടൂ മധുരാർദ്രമാം നിൻ പ്രണയമന്ത്രമായ്
കാറ്റിലുതിരും മൃദുമർമ്മരം!
കാതരേ, പോരൂ കണിപ്പൂ ചൂടി!
കാനനം വീണ്ടും നിലാപ്പൂ ചൂടി!
ചക്രവാകങ്ങൾ ഇണയായ് പാടും
ചൈത്രതീരങ്ങൾ അണയാം പോരൂ!
(ഒരു മലർമഞ്ചലുമായ്...)

സംഗീതം: സുരേഷ് മണിമല

ചിത്രം: ഏകാദശി

ഈ മുളംകൂടു തകർക്കരുതേ–എന്റെ
ജീവന്റെ പക്ഷി പറന്നെങ്ങുപോകുവാൻ!
കണ്ടിമതിവരാസ്സൗന്ദര്യമാകുമീ–
യെന്റെ വസുധതൻ സ്നേഹാർദ്രമാം മുഖം
നോക്കിക്കിടന്നോട്ടെ, യമ്മതൻ തൂമുഖം
നോക്കി സാന്ദ്രാനന്ദമാളുന്ന പൈതൽപോൽ!

ഓരോ പുലരിയുമോരോ ത്രിസന്ധ്യയും
ഓരോ നിലാവണിരാവുമെന്നാത്മാവിൽ
നേദിക്കയാണ് നവംനവമാമനു–
ഭൂതികൾ!–എത്ര മനോഹരമീ ഭൂമി!

സ്നേഹബന്ധങ്ങൾ വിതുമ്പുന്നു ചുറ്റുമെൻ
മോഹങ്ങളൊന്നും തളിർത്തില്ല, പൂത്തില്ല!
വായിച്ചുതീർന്നില്ല വാഴ്‌വിന്റെ പുസ്തകം!
ആയുസ്സിലത്തുമ്പിലാടുന്ന നീർക്കണം!

പാടിക്കഴിഞ്ഞതില്ലെൻ പാട്ടതിൻ മുമ്പെ
ഓടക്കുഴലിതു നീയങ്ങെടുക്കയോ?
ഈ മുളംകൂടു തകർക്കുകയോ? എന്റെ
ജീവിന്റെ പക്ഷിക്കിനിയെങ്ങൊരാശ്രയം!

കവിത–ആലാപനം: വി മധുസൂദനൻനായർ

ചിത്രം: ഏകാദശി

"സുന്ദരി, നീ മോഹിച്ചൊരു സൗ—
ഗന്ധികപുഷ്പമിതാ!"
"ഗന്ധമാദനസാനുവിൽനിന്നോ?
നന്ദനവനികയിൽനിന്നോ?"
"അല്ലിതു രാഗസുരഭിലമാമെൻ
ഉള്ളിൽ വിടർന്നൊരു പുഷ്പം!"

"ചിരിയുടെ മുത്തുകൾ ചിതറി, വെള്ളി-
ച്ചിലമ്പുമണികൾ തുള്ളി..."
"കരയെപ്പുണരാനോടിവരുന്നൊരു
തിരയുടെ ഹർഷാവേശം നീ!"
"അരുതേ, തിരികെപ്പോകരുതേ,യെ-
ന്നരുളും കരയുടെ ദാഹം നീ!"
"തിരയും കരയും കെട്ടിപ്പുണരും
നിറനിർവൃതിയുടെ സംഗീതം! –നാ-
മൊരു നിർവൃതിയുടെ സംഗീതം!..."

"വിധുമുഖി, സന്ധ്യേ! നിൻ മംഗല്യ-
ക്കതിർമണ്ഡപമായ് വാനം!"
"കനകാംബരമലർമാലകൾ ചാർത്തിയ
മണിയറമഞ്ചമൊരുങ്ങുന്നൂ!"
"മുകരാനുഴറും മധുപനു മുന്നിൽ
സഖി, നിൻമുഖപടമഴിയുന്നു"
"ഇരുഹൃദയങ്ങൾക്കിനിയൊരു താളം!
ഇനിയൊരു സുലളിതതാളം!–നാ-
മിനിയതിലൊഴുകും സംഗീതം!..."

സംഗീതം: അനിൽ

ചിത്രം: ഏകാദശി

പൊന്നാലിലകളെ പൂക്കുല തുള്ളിച്ചു
തെന്നൽവന്നാടുന്ന കൊമ്പിൽ–ഒരു
കിങ്ങിണിക്കൂട്ടിലെ കൺമണിത്തത്തകൾ–
ക്കെന്നും കുന്നും പൊന്നോണം!

ഒന്നാംമണിക്കതിർ കൊയ്യാനച്ഛൻ
പുന്നെൽപ്പാടത്തു പോവുമ്പോൾ,
പുന്നാരമക്കൾക്കു താരാട്ടുപാട്ടായി–
ങ്ങെന്നുമുറക്കൊഴിച്ചമ്മ!–കൂട്ടി–
ലെന്നുമുറക്കൊഴിച്ചമ്മ!

ചെത്തിപ്പഴക്കുല ചെമ്പവിഴക്കുല
കൊത്തിയെടുത്തച്ഛനെത്തുമ്പോൾ,
ചിങ്ങവെയിൽപ്പട്ട് ചീന്തിയെടുത്തമ്മ
കുഞ്ഞിനു തുന്നുന്നുറുമാല്!–അമ്മ
തുന്നുന്നു ചെമ്പട്ടുറുമാല്

(പൊന്നാലിലകളെ...)

സംഗീതം: അനിൽ

ചിത്രം: അരുണം

ഹൃദയാകാശത്തിൽ മഴവില്ലുദിച്ചപ്പോൾ
മഴയൊരു സ്വപ്നമായ് വന്നു!
തുടുനിറപ്പാവാട ചുറ്റിയ ജിപ്സിപ്പെൺ-
കൊടിയായ് മഴയെൻ കിനാവിൽ വന്നു!

മാറിലെ വെള്ളിനൂൽമാലകളിൽനിന്നു
മണികൾ ചിതറിവീണു!
വയലുകളവയേറ്റുവാങ്ങി, കതിർ-
മണികളായ് മാറിലണിഞ്ഞു!
അരുണമായ്, ഹരിതമായ് ഭൂമിയൊരു ദൃശ്യ-
മധുരമാം സംഗീതമായീ!
ഒടുവിലാ സ്വപ്നവും മാഞ്ഞു!-നാം
ഒരു മരുഭൂവിലലഞ്ഞു!

പൂവുകൾ യാത്രയായ്, വേനൽക്കിനാവുപോൽ
കനിവിന്നുറവുകൾ മാഞ്ഞു!
ഒരു മരുനിലമായ് മനസ്സും!-അതിൽ
ഒരു തരുച്ഛായയില്ലെന്നോ!
ഹൃദയത്തിലരുമയായ് ലാളിച്ചൊരു പാട്ടിൻ
മധുരമാം പൊരുളിന്നുമില്ലേ?
അതിൽനിന്നുയിർത്തെഴുന്നേല്ക്കും-നാം
തിരയുന്ന നമ്മുടെ സൂര്യൻ!

(ഹൃദയാകാശത്തിൽ...)

സംഗീതം: രമേഷ് നാരായണൻ

ചിത്രം: അരുണം

മാനവമോചനബലിശിലയിൽ സ്വയ-
മാഹുതിചെയ്തവരേ!
വീണ്ടുമുയിർത്തെഴുന്നേല്ക്കുക നിങ്ങൾ
വീണപൂവുകളേ!

തെരുവിൽ നിങ്ങൾ ചൊരിഞ്ഞൊരു ചോരയി-
ലൊരു നവലോകമുയിർക്കുന്നൂ!
പുതിയൊരു ജീവിതമുണരുന്നൂ
പുതിയ വിഭാതം വിടരുന്നൂ!
(മാനവമോചന...)

അശരീരികളായ് രക്തസാക്ഷികൾ
അവിടെപ്പാടുകയല്ലേ?
കാണുക-തെരുവിലെ രക്തം!-നിങ്ങൾ
കടന്നുപോമീ വീഥികളിൽ

ഏഴു സമുദ്രത്തിരകൾ തഴുകും
ഭൂഖണ്ഡങ്ങളിലാകേ
ഉദയത്തേരൊലിപോലെ നീളേ
ഹൃദയത്തുടികൾ മുഴക്കി
അശരീരികളായ് അവർ ചോദിപ്പൂ
പറയൂ ഇതാരുടെ രക്തം?

ഉഴുതിട്ട മണ്ണിൽ തൂവേർപ്പിൻമണികളായ്
ഉരുകിവീണോരുടെ രക്തം!
ഉരിയരിക്കുടുതുണിക്കൊരുതുണ്ടു ഭൂമിക്കായ്
പൊരുതിമരിച്ചോർതൻ രക്തം!

ഇത് നിസ്വവർഗ്ഗത്തിൻ രക്തം!
ഇത് നമ്മൾതൻ സ്വന്തരക്തം!
ഇത് വീരതിലകമായ് ചാർത്തു-കഴ-
ലിടറാതെ പതറാതെ പോകു!

ഇതിൽനിന്നുയിർക്കട്ടെ-ഒരുവരുമൊരുവർക്കു-
മടിമയായ്ത്തീരാത്ത ലോകം!
അവിടെ,യീ മണ്ണിൽ മടയ്ക്കും മനുഷ്യർതൻ
അധികാരത്തിൻ കൊടി പാറും!
ആ കൊടിത്തുമ്പത്തൊരമ്പിളിപ്പൊൻകല
ചാർത്തുന്നതാരുടെ പൊന്നരിവാൾ?

നമ്മുടെ കൈയിലെ പൊന്നരിവാൾ!
നമ്മുടെ പാട്ടിലെ പൊന്നരിവാൾ!
നമ്മൾ വിതച്ചൊരു പൊന്നാര്യൻ കൊയ്യുവാൻ
നമ്മളുയർത്തുന്ന പൊന്നരിവാൾ!
(മാനവമോചന...)

സംഗീതം: രമേഷ് നാരായണൻ

ചിത്രം: അരുണം

അരുണമാം നിൻമുഖം സന്ധ്യേ!-ഒരു
കരിമുകിൽമുഖപടമണിഞ്ഞതെന്തേ?
സന്ധ്യേ! - ഹേമന്തസന്ധ്യേ
ഹേമന്തസായംസന്ധ്യേ!
അറിയാതടർന്നൊരു കണ്ണുനീർത്തുള്ളിപോൽ
ഒരു താരം വിറകൊൾവൂ ദൂരെ! (അരുണമാം...)

ആയിരം പൂവാക പൂത്തുലയുംപോലെ
ആകാശമാകെ തുടുത്തൂ!
ഒരു വസന്തത്തിന്റെ ഓർമ്മകൾ വീണ്ടും പൊ-
ന്നരളിപ്പൂങ്കുലകളുമായി വന്നൂ!

ഏറെപ്പറന്നുപ്പറന്നു തളർന്നൊരു
ദേശാടനക്കിളീ! പോരൂ!
എന്തേ തിരഞ്ഞുതിരഞ്ഞുപോകുന്നു? നാം
ചെന്നെത്തുവാനേതു തീരം? (അരുണമാം...)

പാടത്തെ പാൽക്കതിരുണ്ണികളൊത്തുഞ്ഞാ-
ലാടുന്ന കാറ്റെങ്ങു പോയീ?
ഒരുമിച്ചു തിനകൊയ്തു പാടാൻ വരും മൈനേ!
പറയാതെ നീയുമിന്നെങ്ങു പോയീ?

ഏറെ നടന്നു നടന്നു തളർന്നൊരു
പാവമാം പഥികനുണ്ടിവിടെ!
പാടാൻ കൊതിച്ചു കൊതിച്ചു കുറിച്ചൊരു
പാട്ടിൻ വരികൾ മറന്നിരിപ്പൂ! (അരുണമാം...)

സംഗീതം: രമേഷ് നാരായണൻ

ടെലിഫിലിം: കൈലാസയാത്ര

സവിതാവ് ഭൂമിതൻ നിറുകയിൽ ചാർത്തിയ
കനകകിരീടമേ! കൈലാസമേ!
ഹിമശൈലനന്ദിനി മാനസേശ്വരനുമായ്
ജലകേളിയാടും സരോവരമേ!
ദേവഹിരണ്മയ മകുടം!–ഇത്
സ്നേഹസരോവരതീർത്ഥം!

എവിടെനിന്നെത്തുന്ന തീർത്ഥാടകർ നിങ്ങൾ?
മുകിലുകളേ!–സ്വർണ്ണമുകിലുകളേ!
പടഹധ്വനിയില്ല, പരമപ്രശാന്തമീ
നടവഴിയേ ശിവമന്ത്രവുമായ്!
ദേവഹിരണ്മയമകുടം!–ഇത്
സ്നേഹസരോവരതീർത്ഥം!

ഹിമശുഭ്രവസനയായ് പൂജാനിരതയായ്
നിലകൊൾവൂ പ്രകൃതി ശ്രീപാർവ്വതിയായ്!
അനുരാഗലോലമാം ഇരുഹൃദയങ്ങൾപോൽ
ഇണയരയന്നങ്ങൾ നീന്തുകയായ്!
ദേവഹിരണ്മയമകുടം!–ഇത്
സ്നേഹസരോവരതീർത്ഥം!

സംഗീതം: രാജീവ് ഓയെൻവി

ടെലിഫിലിം: കൈലാസയാത്ര

കൊക്കുരുമ്മിയിരിക്കുമിണക്കിളി
മെല്ലെ ചോദിച്ചു:
സ്വർഗ്ഗം മറ്റൊന്നുണ്ടോ ഭൂമിയിൽ
സ്നേഹാത്മാക്കൾക്കായ്?
ആനന്ദത്തിരുനടനത്തിൽ ശിവ–
ശക്തികളൊന്നിക്കെ,
മാനസമാകും സരോവരത്തിൽ
നീർക്കിളി നീന്തുന്നൂ!
ഗൗരീനൂപുരമണികൾ കിലുങ്ങി–
ത്തേൻമഴ പെയ്യുന്നൂ!
ചാരുതരം ശിവഡമരുകതാളം
ചാരത്തുയരുന്നൂ!
കിന്നരവിദ്യാധരഗന്ധർവ്വ–
രകമ്പടി പാടുന്നൂ!
ഉണ്ടോ മറ്റൊരു സ്വർഗ്ഗം ഭൂമിയിൽ
മാനവർ നമ്മൾക്കായ്!
ഉണ്ടോ മറ്റൊരു സ്വർഗ്ഗം ഭൂമിയിൽ
സ്നേഹാത്മാക്കൾക്കായ്?
മറ്റൊരു സ്വർഗ്ഗം ഭൂമിയിലുണ്ടോ
മനുഷ്യർ നമ്മൾക്കായ്?

സംഗീതം: രാജീവ് ഓയെൻവി

നാടകം: സബ്കോ സന്മതി ദേ ഭഗവൻ (കെ. പി. ഏ. സി.)

തെന്നലേ! - തൈത്തെന്നലേ!
പൂ-മുളകൾതൻ മുറിവിലും കുളിർ പകർന്നായിരം
കിളികളുമായ് വരൂ തെന്നലേ, നീ!
(മുളകൾതൻ മുറിവിലും....)

മരണത്തെ തോല്പ്പിക്കുമേതോ മന്ദ്ര-
മധുരമാം കീർത്തനംപോലെ-അത്
മാനവജീവിതത്തേൻമലർവാടിതൻ
മധുമാസസംഗീതംപോലെ!...
(മുളകൾതൻ മുറിവിലും...)

ഹൃദയത്തിന്നാകൃതിയോലും തങ്ക-
ത്തളിരുകൾ തുള്ളുന്നപോലെ-അത്
മാനസാകാശത്തിൽ കന്നിനിലാവിന്റെ
പിറ കണ്ടു പാടുന്നപോലെ!
(മുളകൾതൻ മുറിവിലും...)

സംഗീതം: ജി. ദേവരാജൻ

നാടകം: സബ്കോ സന്മതി ദേ ഭഗവൻ (കെ. പി. ഏ. സി.)

മണി കിലുങ്ങുംപോലെ കൊഞ്ചി
മരണത്തിൻ പുഴ കടന്ന്
മനസ്സിലെ പനന്തത്ത പറന്നുപോയീ! – എന്റെ
കിനാവിലെ മണിത്തത്ത മറഞ്ഞുപോയീ!

സുവർക്കത്തിൻ പടിപ്പുര തുറന്നുതന്നോ?
സുവർണ്ണത്തിൽ തീർത്ത മഞ്ചൽ ഉറങ്ങാൻ തന്നോ?
ഇളവയസ്സിന്നഴകുള്ളോരിളമാൻമിഴിമാർ വന്ന്
കളമനെൽക്കതിർമണി ചൊരിഞ്ഞുതന്നോ?

(മണി കിലുങ്ങുംപോലെ...)

ഇരുന്നാടാൻ തളിരീന്തൽപ്പനകളുണ്ടോ?
വിരുന്നിന്നു മധുരത്തേൻകനികളുണ്ടോ?
തട്ടമിട്ട സുന്ദരിമാർ വട്ടമിട്ടു പാടുന്ന
പാട്ടിൽ ലൈലാമജ്നുമാർതൻ മുഹബ്ബത്തുണ്ടോ?

(മണി കിലുങ്ങുംപോലെ...)

സംഗീതം: ജി. ദേവരാജൻ

നാടകം: സബ്കോ സന്മതി ദേ ഭഗവൻ (കെ. പി. ഏ. സി.)

ഈ രാവും പൂവും മായും–വീണ്ടും
പൂമ്പുലർവേളയുദിക്കും–ഒരു
പൂവാങ്കുരുന്ന് ചിരിക്കും!–ഈ
രാവും പൂവും മായും!... മായും!... മായും!!!

കാലം പിന്നെയും പായും–ഋതു–
വേളകൾ താളംപിടിക്കും!
ദൂരസാഗരനീലിമ തേടി
ഓരോ പുഴയും പായും!
മാനം കറുത്തുവെളുക്കും–പാവമെൻ
മാനസം മാപ്പുസാക്ഷി!
(ഈ രാവും പൂവും...)

മേലേ താരകൾ പാടും–സ്വര–
ധാരകൾ പൂനിലാവാകും!
നീളുമീ നിഴൽനാടകമാടാൻ
ആരോ യവനിക നീർത്തും!
ആടിത്തളർന്നവർ പോകും–പിന്നെയും
കാണികൾ കാത്തിരിക്കും!
(ഈ രാവും പൂവും...)

സംഗീതം: ജി. ദേവരാജൻ

നാടകം: മാനവീയം (കെ. പി. ഏ. സി.)

സൂത്രധാരാ! പറയൂ നാമീ
രാത്രിയിലാടും കഥയേതോ?
ശുഭാന്തമോ? അതു ദുരന്തമോ?–കളി-
യരങ്ങിലോ നാം? കാണികളോ?
(സൂത്രധാരാ...)

ഇനിയും പൂവണിയാത്തൊരു സ്വപ്നം
ഇരുളിൽ വിടർത്താൻ വീണ്ടും
മുറിവുകളേറ്റ മുളംതണ്ടുകൾ നാം
കരൾ നൊന്തിവിടെപ്പാടുന്നൂ!–
ഇവിടെ പാടുന്നൂ!
(സൂത്രധാരാ...)

ഇനിയും നാമണയാത്തൊരു സ്വർഗ്ഗം
കനവിൽ തെളിവേല്ക്കുമ്പോൾ,
കനൽവിരിയാർന്ന മരുപ്പാതയിൽ നാം
കഴൽ നൊന്തിതിലേ പായുന്നൂ!–
ഇതിലേ പായുന്നൂ!
(സൂത്രധാരാ...)

സംഗീതം: ജി. ദേവരാജൻ

നാടകം: മാനവീയം (കെ. പി. ഏ. സി.)

കാലൊച്ചയില്ലാതെ പായുന്ന കാലത്തിൻ
കാലടിപ്പാടിൻ കനത്താൽ
പൊട്ടിപ്പൊളിയുന്ന മർത്ത്യജന്മം-നമ്മൾ
കെട്ടിപ്പടുത്തതാം മൺപുരയും!

പച്ചത്തഴപ്പറ്റ തെങ്ങിൻതലപ്പത്തെ
കൊച്ചുകിളിയെന്തേ തേങ്ങീ?-നിന്റെ
കൊച്ചുകിളിയെന്തേ തേങ്ങീ?
നിശ്ചലനീലനിശ്ശൂന്യതയോടതിൻ
ഗദ്ഗദം ചൊല്ലുവതെന്തേ?
(കാലൊച്ചയില്ലാതെ...)

സ്വപ്നങ്ങളൊന്നൊന്നായ് കൊത്തിയുട
യ്ക്കുന്ന
സർപ്പംപോൽ രാത്രിയിഴഞ്ഞു-കാള-
സർപ്പംപോൽ രാത്രിയിഴഞ്ഞു!
ഉജ്ജ്വലമായൊരു സൗവർണ്ണസ്വപ്നം നിൻ
ഉൾത്തട്ടിൽ കാത്തുവച്ചില്ലേ?
(കാലൊച്ചയില്ലാതെ...)

സംഗീതം: ജി. ദേവരാജൻ

നാടകം: മാനവീയം (കെ. പി. ഏ. സി.)

ഒരു നിറമൊരു നിറമൊരു നിറമാണീ
നമ്മുടെ ചോരയ്ക്കെങ്കിൽ
ഒരു കൊടിയൊരുകൊടിയൊരു കൊടിയേന്തി
ഒരുമിക്കുക നമ്മൾ!
ഒരു തുടിതാളമൊരേ തുടിതാളം
നമ്മുടെ കരളിന്നെങ്കിൽ
ഒരുമയൊടുച്ചശ്രുതിയിൽ നമ്മുടെ
കാഹളമുയരട്ടെ!–വിപ്ലവ–
കാഹളമുയരട്ടെ!
(ഒരു നിറമൊരു നിറം...)

വാക്കുകൾ വാൾമുനയാക്കി തങ്ങളിൽ
നേർക്കരുതേ വെറുതെ!
ഓർക്കുക നഷ്ടപ്പെടുവാൻ നമ്മൾ–
ക്കാശ്രിതഭാവം മാത്രം!
നാമേ നമ്മൾക്കധികാരികളായ്
മാറും കാലമുദിക്കാൻ
ഒന്നിച്ചൊന്നിച്ചൊരു നിരയായി
പൊന്നരിവാൾക്കൊടിയേന്തി വരൂ!
(ഒരു നിറമൊരു നിറം...)

മർത്ത്യനെന്ന പദത്തിൽനിന്നും
മർത്ത്യത വിടവാങ്ങുമ്പോൾ,
നിന്ദിതർ നമ്മൾ, തിരസ്കൃതർ നമ്മൾ
ഭിന്നിക്കരുതേ, യരുതേ!

ദുർബ്ബലർ ഭൂമിയെ വേൾക്കും കാലം
ഉജ്ജ്വലശോഭമുണർത്താൻ
ഒന്നിച്ചൊന്നിച്ചൊരു നിരയായി
പൊന്നരിവാൾക്കൊടിയേന്തി വരൂ!
(ഒരു നിറമൊരു നിറം...)

സംഗീതം: ജി. ദേവരാജൻ

നാടകം: മാനവീയം (കെ. പി. ഏ. സി.)

എന്നുണ്ണി പൊന്നുണ്ണി നീയുറങ്ങ്!
ചന്ദനത്തൊട്ടിലിൽ ചായുറങ്ങ്!
കൺമലർ കൂമ്പി മയങ്ങുമ്പോളെന്റെ
കൺമണിയ്ക്കെന്തു ചന്തം!... ഒരു
ചമ്പകപ്പൂമൊട്ടിൻ ചന്തം!
(എന്നുണ്ണി...)

പൂവിന്നകത്തൊരു പൂപോലെ-നിന്റെ
പൂഞ്ചൊടി പുഞ്ചിരി തൂകുമ്പോൾ
അമ്മതൻ താരാട്ടിലോമനേ, യാനന്ദ-
ക്കണ്ണീർ നിറയുന്നു!...
(എന്നുണ്ണി...)

സംഗീതം: ജി. ദേവരാജൻ

നാടകം: അധിനിവേശം

ആദിയിൽ വാമനപാദം മാവേലി–
നാടിതളന്നു കവർന്നു!
അന്നു മുതൽക്കന്യമായീ നമുക്കീ
മണ്ണിൻ കതിർമണികൾ

ഏഴകൾ വിത്തുവിതച്ചൊരീ പുഞ്ചകൾ
ഏതോ കരിങ്കിളി കൊയ്യുന്നു!
പാടവരമ്പത്ത് കാവലിരുന്നോരെ
പാഴ്മോഹങ്ങൾ മയക്കുന്നു!
പുത്തനധികാരക്കൊയ്ത്തു നടത്തിയോർ
പുത്തില്ലങ്ങൾ കൈയേറുന്നു!
(ആദിയിൽ...)

മണ്ണിൽ നട്ടുവളർത്തിയതൊക്കെയും
പൊന്നുംവിലയ്ക്കാരോ വാങ്ങുന്നു!
വാനവും ഭൂമിയും വാരുറ്റ നമ്മുടെ
വാഴ്വും നമുക്കന്യമാവുന്നു!
നാടുകടത്തിയ നന്മകളേ!–നിങ്ങൾ
പാതാളത്തിലലയുന്നു!
(ആദിയിൽ...)

സംഗീതം: ജി. ദേവരാജൻ

നാടകം: അധിനിവേശം

അകത്തളം പുകഞ്ഞെരിഞ്ഞുവോ?
അടർക്കളത്തിലേകനായി നിന്നുവോ?
അടഞ്ഞ വാതിൽ നോക്കിനിന്നു തേങ്ങിയോ?
ചൊരിഞ്ഞിടാത്ത ബാഷ്പമുള്ളിൽ വിങ്ങിയോ?
(അകത്തളം...)

മനമിരുണ്ടു മാനവും ഇരുണ്ടുവോ?
പകലിറങ്ങും പടവു കണ്ടു നിന്നുവോ?
വഴിപിരിയും കവലയിൽ
കഴൽ തളർന്നു നിന്നുവോ?
(അകത്തളം...)

ഒരു മുനമ്പിൽ ഓടിവന്നു നിന്നുവോ?
ഇരുളുമാത്രം!–ഇനിയഗാധഗർത്തമോ?
സകലസാക്ഷി വിവശനായ്
അകലെയസ്തമിക്കയോ?
(അകത്തളം...)

സംഗീതം: ജി. ദേവരാജൻ

നാടകം: അധിനിവേശം

പിന്നിട്ട പൊന്നുഷഃസന്ധ്യകളോർമ്മയിൽ
പിന്നെയും സിന്ദൂരം ചാലിക്കെ
വന്നു നിറയുന്നിതാത്മാവിലിന്നേതോ
പൊന്നിലഞ്ഞിപ്പൂവിൻ ഗന്ധം!–
സുഖദമാം ഗന്ധം!

താഴത്തുദിച്ചൊരു തങ്കനിലാവുപോൽ
താഴം പൂ വിരിയും വയലരികിൽ
ഓരോ കഥകൾ പറഞ്ഞിരിക്കും
ഓമൽക്കിടാങ്ങളാകാം!
ലോലമാം നൂലിന്മേൽ പട്ടം പറത്തി വിൺ–
നീലിമയെ പൊട്ടു ചാർത്താം–
പൊൻപൊട്ടു ചാർത്താം!
(പിന്നിട്ട പൊന്നുഷഃസന്ധ്യകൾ...)

ഓർമ്മതൻ തീരത്ത് പേരറിയാത്തൊരു
പൂ വിരിയുന്നതും നോക്കിനില്ക്കാം!
മാമ്പഴക്കാലത്തിൻ മാദകമാം
തേൻ മണമോർത്തിരിക്കാം!
കാണാമറയത്ത് പാടും കിളികൾതൻ
ഈണങ്ങളേറ്റുപാടാം!
നാമേറ്റു പാടാം!
(പിന്നിട്ട പൊന്നുഷഃസന്ധ്യകൾ...)

സംഗീതം: ജി. ദേവരാജൻ

നാടകം: ഭാരതരത്നം (കെ. പി. ഏ. സി.)

എന്നും പുലരിയിൽ പൂങ്കാറ്റേ, സ്വര-
വന്ദനം പാടാൻ വാവാവാ!
ഓരോരോ പാഠമുരുക്കഴിക്കും കുഞ്ഞു-
ശാരികേ! വാവാവാ!
ഇന്നീ ഗുരുകുലം തന്നിലിതാ ഞങ്ങൾ
പിഞ്ചു പൈതങ്ങളായ് നില്ക്കുന്നു!

എണ്ണവിളക്കിന്നരികിലായ് താരക-
ക്കുഞ്ഞുങ്ങളെന്തേ പഠിക്കുന്നു?
അന്യർക്കുവേണ്ടിയെരിഞ്ഞടങ്ങുന്നതേ
ധന്യത ഞങ്ങൾക്കെന്നോ?
കണ്ണുതുറന്നിരുന്നാലുമെന്നും, അക-
ക്കണ്ണു തുറപ്പിക്കാൻ നീ വേണം!

പൂവിന്നിളംവെയിലിങ്കു കുറുക്കി!
പ്രാവിനു പൊൻമണിനെല്ല് ചിന്നി!
അന്നലുഞ്ഞാലിന്മേലാലോലമാടുന്നൊ-
രമ്മേ, പ്രകൃതീശ്വരീ!
ആലോലം-താലോലം!
താലോലം-താലം!

സംഗീതം: എം. കെ. അർജ്ജുനൻ

നാടകം: ഭാരതരത്നം

വർണ്ണങ്ങളായ് വിരിയും ഇന്ദ്രധനുസ്സിറങ്ങി-
വന്നപോൽ പാറിവരും ശലഭങ്ങളേ!
മാനത്തെ തുമ്പികളേ! നിങ്ങളിന്നെന്തിനെന്റെ
മാനസമോഹങ്ങളായ് പറന്നണഞ്ഞു?

ഇത്തിരിത്തേൻ പകർന്നു നിങ്ങളെ സൽക്കരിക്കാൻ
ഇക്കയ്യിൽ പുഷ്പപാനപാത്രമില്ല!
ചന്ദനക്കുളിരില്ല, ചെന്തളിർ വിരിയില്ല
നിങ്ങൾക്കായൊരു മഞ്ചമൊരുക്കിയില്ലാ!
(വർണ്ണങ്ങളായ്...,)

നിങ്ങളെ കണ്ടുകണ്ടെൻ കണ്ണിണ കുമ്പിയെങ്കിൽ!
നിങ്ങളെന്നാത്മാവിൽ വീണലിഞ്ഞുവെങ്കിൽ!
മറ്റൊരു മോഹമില്ല!–മറ്റൊരു മോക്ഷമില്ല!
ചിത്തിരത്തുമ്പികളേ! നൃത്തമാടൂ!
(വർണ്ണങ്ങളായ്...)

സംഗീതം: എം. കെ. അർജ്ജുനൻ

നാടകം: ഭാരതരത്നം

കൺചിമ്മി കാന്തി ചിന്തും
വിണ്ണിലെ നക്ഷത്രവും
എന്നോ ഒരുനാൾ
എരിഞ്ഞുവീഴും!
ഉഷ്ണരശ്മികൾ വീശി
സൂര്യനുമൊടുവിലാ
ചക്രവാളത്തിൽ കത്തി–
യെരിഞ്ഞു താഴും!
താഴും!– എരിഞ്ഞുതാഴും!

ഒന്നിനു പകരമൊരായിരം നക്ഷത്രങ്ങൾ
വിണ്ണിന്റെ മച്ചകമലങ്കരിക്കും!
ആരക്തപ്രഭയോടെ, മറ്റൊരുഷസ്സിൻ മണി–
ത്തേരിലാ സൂര്യനും തിരികെ വരും!–
ഇതുവഴി തിരികെ വരും!
(കൺചിമ്മി...)

സ്നേഹിച്ചൊരാത്മാവിങ്ങു വേർപിരിഞ്ഞാലുമതിൻ
ധീരമാം സ്മരണകൾ ജ്വലിച്ചുനില്ക്കും!
ദൈവത്തിന്നൾത്താരയിൽനിന്നെരിഞ്ഞിടുമൊരു
പാവകജ്ജ്വാലയായി നൃത്തമാടും!–
ഹൃദയത്തിൽ നൃത്തമാടും!
(കൺചിമ്മി...)

സംഗീതം: എം. കെ. അർജ്ജുനൻ

നാടകം: തമസ്സ് (കെ. പി. ഏ. സി.)

"ദേശ് ഹമാരാ–ഭാരത് അപ്നാ
ഹം ഭാരത് കീ ലാൽ...!"
ഹിന്ദു മുസൽമാൻ സിക്കും നമ്മുടെ
ഇന്ത്യതൻ പ്രിയസന്തതികൾ–അമ്മ
നൊന്തു പെറ്റൊരു സന്തതികൾ!
ഹം ഏക് ഹേ–ഹം ഏക് ഹേ–
ഹം ഭാരത് കീ ലാൽ!

"ഈശ്വർ അല്ലാഹ് തേരേ നാമ്
മന്ദിർ മസ്ജിദ് തേരേ ഘർ!"
അതാണ് നമ്മുടെ പ്രാർത്ഥന! താരാ–
പഥമേ! നീയിതു കേൾക്കൂ!
ഹം ഏക് ഹേ–ഹം ഏക് ഹേ–
ഹം ഏക് ഹേ

(ദേശ് ഹമാരാ...)

ഒരേയൊരാകാശത്തിനു കീഴിൽ,
ഒരൊറ്റ സൂര്യനു കീഴിൽ,
ഒരേ വെളിച്ചം മുകർന്നു, ജീവന–
ധാരയിൽ മുഴുകി വളർന്നു!

(ദേശ് ഹമാരാ...)

സംഗീതം: എം. കെ. അർജ്ജുനൻ

നാടകം: തമസ്സ്

എന്തിനായി നമ്മൾ ചോര ചിന്തിടുന്നു സോദരാ!
സ്വന്തമമ്മയെപ്പകുത്ത മക്കൾ പോരടിക്കയോ?
ഹിന്ദുപാനി–മുസ്ലീംപാനി–എന്നു പച്ചവെള്ളവും
എന്തിനായ് പകുത്തു നമ്മൾ ഭ്രാന്തരായ് നശിക്കയോ?

നൊന്തു കേഴും അമ്മമാർതൻ രോദനങ്ങൾ കേട്ടുവോ?
ഇന്ത്യയാണിതിന്ത്യയാണ് കേണിടുന്നതോർക്കുക!
അമ്മപെങ്ങൾ പെൺകിടാങ്ങൾ തന്റെ മാനം കാക്കുവാൻ
ഹിന്ദുമുസ്ലീം ഭേദമെന്ത്?–നാം മനുഷ്യരാവുക!

ഊരിയ വാൾ ഉറയിലിടൂ!–ഭാരതത്തിൻ മക്കൾ നാം
ചോരചിന്തി വീണടിഞ്ഞാൽ ഭാരതം അനാഥമാം!
ഈ കരങ്ങളാൽ പരസ്പരം പുണർന്നിടേണ്ടു നാം!
ഈ കരങ്ങൾ ഹാ! നമുക്ക് ദീനരക്ഷ ചെയ്യുവാൻ!

ഇന്ത്യ പെറ്റ മക്കൾ നാം ശിരസ്സുയർത്തി നില്ക്കുക!
ഇന്ത്യയെന്നൊരേ വികാരമാർന്ന മർത്ത്യരാവുക!
ഹിന്ദു മുസ്ലീം പാഴ്സി സിക്ക് ക്രൈസ്തവാദി സർവ്വരും
ഇന്നൊരേ കുടുംബമാണ്!–നമ്മൾ മർത്ത്യരാവുക!
(എന്തിനായി നമ്മൾ...)

സംഗീതം: എം. കെ. അർജ്ജുനൻ

നാടകം: തമസ്സ്

അമ്മതൻ വാത്സല്യവെണ്ണിലാവേ!–ഇന്നീ
ഉമ്മതൻ കണ്ണിലും നീയുദിച്ചൂ!
പേടിപ്പെടുത്തുമിരുളിലുമേതോ രാ–
പ്പാടിതൻ സാന്ത്വനം ഞാൻ കേട്ടൂ!

ചോരയിൽ മുങ്ങിക്കുളിച്ചൊരു സൂര്യനെ
ദൂരെ തിരക്കൈകളേറ്റുവാങ്ങീ!
തക്ബീർവിളികൾ, ഹരഹരഘോഷങ്ങൾ
ദിക്കുകൾ കേട്ടു നടുങ്ങീ!–ഇന്നീ
ദിക്കുകൾ കേട്ടു നടുങ്ങീ!

ഏതോ കലാപക്കൊടികൾപോലാകാശ–
സീമയിൽ കാർമുകിൽ പാറീ!
വേട്ടയാടുന്നു, മനുഷ്യൻ മനുഷ്യനെ!
ദുഷ്ടമൃഗങ്ങളോ നമ്മൾ?–വെറും
ദുഷ്ടമൃഗങ്ങളോ നമ്മൾ?

(അമ്മതൻ വാത്സല്യ...)

സംഗീതം: എം. കെ. അർജ്ജുനൻ

നാടകം: വൈറ്റ് ഹൗസ്

പറയൂ, നിൻ സ്നേഹത്തിൻ അംഗുലികൾ
ഒരുനാളെൻ കണ്ണീർ തുടയ്ക്കുകയില്ലേ?
മധുരം നിൻ കാലൊച്ചയെന്നുമെന്റെ
ഹൃദയം കൊതിക്കും സംഗീതമല്ലേ?

എവിടെനിന്നെന്നറിയാതെ നിന്റെ
പ്രിയതരജന്മദിനാശംസകൾ
അണയുകയാണെന്റെ ജാലകത്തിൻ
അരികിലായ് പാടും കിളികൾപോലെ?
(പറയൂ, നിൻ...)

കവിളിലെ മുറിവിൽ തലോടിയെന്നെ
കവിതകൾ മൂളിയുറക്കുവാനായ്
പറയൂ വരാനെന്തേ വൈകിടുന്നു
നിറകതിർ തൂകും നിലാവുപോലെ?
(പറയൂ, നിൻ...)

അലയുകയാണെൻ കിനാക്കളെല്ലാം
അഗതികളായങ്ങനാഥരായി–
ഇനിയെന്തു മോഹം?–ഈ സ്നേഹമെന്ന
മരതകപ്പച്ചയകലെയാണോ?
(പറയൂ, നിൻ...)

സംഗീതം: എം. കെ. അർജ്ജുനൻ

നാടകം: രാജാരവിവർമ്മ (കെ. പി. ഏ. സി.)

നിറങ്ങൾ!–നിറങ്ങൾ!–
നിറങ്ങളാടുന്നൂ!–
നിറന്ന പീലികൾ നിവർത്തിയാടുന്നൂ!
വിരൽത്തുമ്പിൽനിന്നും അനന്തരൂപങ്ങൾ
വിടർത്തിടും പുരുഷ! പോരൂ നീ!
(നിറങ്ങൾ–നിറങ്ങൾ...)

ഒരിക്കൽക്കൂടി കളിയരങ്ങിലേ–
ക്കയയ്ക്കുമോ നിന്റെ സുവർണ്ണഹംസത്തെ?
പ്രണയപത്രമൊന്നെഴുതുവാൻ വെമ്പും
മുനികുമാരിയെ?–പ്രിയസഖികളെ?
(നിറങ്ങൾ–നിറങ്ങൾ...)

വിശപ്പിൽ നീറുന്ന ദുരിതജന്മങ്ങൾ
വെറുപ്പിൻ വാൾമുനയുതിർക്കും ചെന്നിണം
ഇതിഹാസങ്ങൾതൻ മതിലകങ്ങളിൽ
വിടരുമായിരം പുതിയവർണ്ണങ്ങൾ!
(നിറങ്ങൾ-നിറങ്ങൾ...)

സംഗീതം: ജി. ദേവരാജൻ

നാടകം: രാജാരവിവർമ്മ (കെ. പി. ഏ. സി.)

സുഖമദഗന്ധികൾ വിളക്കുവയ്ക്കും
ഉപവനസീമയിലിതിലേ വരൂ!
ഇതിലേ-ഇതിലേ-ഇതിലേ വരൂ!

നിറങ്ങൾതന്നുടെ സാമ്രാജ്യം വാ-
ണരുളും രാജകുമാരാ!
അരികിൽ ചായത്തളികയുമായ് നിൻ
പരിചാരികയായ് നില്ക്കാം ഞാൻ!
പകരം നിൻ പ്രിയസന്നിധിമാത്രം
ഹൃദയം മോഹിപ്പൂ!-
ഹൃദയം മോഹിപ്പൂ!

(സുഖമദഗന്ധികൾ...)

അഴകിൻ പ്രപഞ്ചസീമകൾ നീളെ
തിരയും ചിത്രകാരാ!
അഴിയുകയാണെൻ ലജ്ജാമുഖപടം
അവിടുത്തെ തിരുസന്നിധിയിൽ!
ഒരു കണിമലരായ് നിന്നോട്ടേ ഞാൻ
ഹൃദയം യാചിക്കുന്നൂ!-
ഹൃദയം യാചിക്കുന്നൂ!

(സുഖമദഗന്ധികൾ...)

സംഗീതം: ജി. ദേവരാജൻ

നാടകം: രാജാരവിവർമ്മ

സ്വാമിനിയല്ല നീ, കാമിനിയല്ല നീ!–
എങ്കിലുമെൻ മുന്നിൽ വന്നുദിച്ചു!–
ഓമനത്തിങ്കളായ് വന്നുദിച്ചു!

മാലിനിയാറ്റിൻ കുളിരല പുല്കിയ–
മാതിരി നിർവൃതികൊണ്ടു ഞാൻ!
വിശ്വപ്രകൃതിതൻ ഏറെ മനോജ്ഞമാം
സൃഷ്ടിയായ് സ്ത്രീയെ ഞാനിന്നു കണ്ടു!–
സൃഷ്ടിയായ് സ്ത്രീയെ ഞാനിന്നു കണ്ടു!
(സ്വാമിനിയല്ല നീ...)

മേനകാരൂപം വരച്ചൊരീക്കയ്യിന്നു
താണ കുലത്തിൽ പിറന്ന നിന്നെ
ചിത്രപടത്തിൽ പകർത്തവേ, സൃഷ്ടിതൻ
ഉൽക്കടവേദന ഞാനറിവൂ!–
ഉൽക്കടവേദന ഞാനറിവൂ!
(സ്വാമിനിയല്ല നീ...)

സംഗീതം: ജി. ദേവരാജൻ

നാടകം: അസ്തമിക്കാത്ത സൂര്യൻ (കെ. പി. ഏ. സി.)

പട്ടിണിയുടെ തടവുകാരേ! ഉണരുണരൂ!
പുത്തനൊരു ശക്തിഗാഥയുമായ്!

മർദ്ദിതർ നാമൊത്തൊരുമിച്ചാൽ-ഈ
മർദ്ദകർതൻ കോട്ടകളെല്ലാം
അടി തകർന്നു വീഴും!-ഒരു
പുതിയ ലോകമുയരും!-നാം
അടിമകളല്ലിവിടെ മണ്ണിൻ
ഉടമകളായ് മാറും! (പട്ടിണിയുടെ തടവുകാരേ...)

പുത്തനൊരു കൊയ്ത്തുകാലമായ്!
പെറ്റ മണ്ണിൽ പണിയെടുപ്പോരേ!
അരിയ കന്നിമണ്ണിൽ-വരൂ,
പുതിയ വിതയേറ്റാം!
കതിരു കൊയ്തു പാടാം!-നാം
തലമുറയായ് ചുമലിലേറ്റിയ
നുകമടിച്ചുടയ്ക്കാം! (പട്ടിണിയുടെ തടവുകാരേ...)

കൈക്കുടന്നയിൽ രക്തപുഷ്പവുമായ്
പുത്തനൊരു പുലരി വരുന്നേയ്!
അതിനെ വരവേല്ക്കാൻ-ഇനി
അണിയണിയായ് പോകാം!
കരിപിടിക്കും കൈകൾ-നെൽ-
ക്കതിരരിയും കൈകൾ-ചെ-
ങ്കൊടികളേന്തി വന്നൂ! (പട്ടിണിയുടെ തടവുകാരേ...)

സംഗീതം: എം. കെ. അർജ്ജുനൻ

നാടകം: അസ്തമിക്കാത്ത സൂര്യൻ (കെ. പി. ഏ. സി.)

മുന്തിരിത്തേൻകനിപ്പൊൻകുലത്തൊങ്ങലാൽ
പന്തലിതലങ്കരിക്കൂ!
എൻ പ്രിയമാനസ! നീയിളവേല്ക്കുന്ന
മഞ്ചലിലെന്നെ നീ സ്വീകരിക്കൂ–എന്നെ
നിന്റെ യരുശലേം കന്യയാക്കൂ!

മഞ്ഞും മഞ്ഞിലലിഞ്ഞ നിലാവും
മഞ്ജിമ ചാർത്തും രാവിൽ
നാമേ നമ്മുടെ സ്വർഗ്ഗം തീർക്കും
ശ്യാമമനോഹരയാമം!–ഈ
യാമിനിതൻ സുഖയാമം!
അരികിൽ വരാം, നിന്നരികിൽ വരാം–നിൻ
സ്വരമധുലഹരിയിലലിയാൻ!

(മുന്തിരിത്തേൻകനി...)

പൊന്നും പൊന്നൂടയാടയുമില്ല,
മണ്ണിൻമകളെന്നാലും
ദേവാ! നിൻ കരലാളനമേല്ക്കേ
ദേവാംഗനയായ് മാറും–ഞാൻ
സ്നേഹസുധാമനിയാകും!
പകരുക നിൻ പ്രണയാമൃതഗീതം
പകരൂ! ഹൃദയം നിറയേ!

(മുന്തിരിത്തേൻകനി...)

സംഗീതം: എം. കെ. അർജ്ജുനൻ

നാടകം: അസ്തമിക്കാത്ത സൂര്യൻ

പടയാളി കൈവിട്ട കുതിര–ഇന്നീ
പടനിലത്തടിതെറ്റി വീണു!
കഴുതതൻ കുപ്പായമിട്ടു–ആരാന്റെ
ചുമടേറ്റാൻ ചുമൽ കാട്ടി നിന്നു!
കുതിരയെ കഴുതയായ് മാറ്റും വിധി–
ഹിതമെങ്കിലാ വിധിയെന്നു മാറ്റും?
–ഇനിയാരു മാറ്റും?
(പടയാളി കൈവിട്ട...)

കിടിലംകൊണ്ടോടിയ ശത്രുവിൻ പിമ്പേ ഞാൻ
കുതികുതിച്ചെത്തിയ നാളുകളേ!
തിരികെ വരാതിനിയെങ്ങു പോയോ?–എന്നെ
പെരുവഴിത്താരയിലിട്ടു പോയോ?–കൈ–
വിട്ടുപോയോ?
(പടയാളി കൈവിട്ട...)

ചുമലിലീ വാഴ്‌വിന്റെ ഭാരവുമേറ്റി ഞാൻ
ചുവടുകൾ തെറ്റിത്തളർന്നുവീഴ്കേ
പടുപാട്ടു പാടും കഴുതയെന്നോ ചൊല്ലീ?
ഇടനെഞ്ഞു പൊട്ടി ഞാൻ പാടിടുമ്പോൾ...
– പാടിടുമ്പോൾ!
(പടയാളി കൈവിട്ട...)

സംഗീതം: എം. കെ. അർജ്ജുനൻ

നാടകം: അസ്തമിക്കാത്ത സൂര്യൻ

നാടിനുവേണ്ടിപ്പാടിയലഞ്ഞൊരു വാനമ്പാടീ!
-പുതിയൊരു
നാളേക്കായിപ്പാടിയ പാവം രാപ്പാടീ!
തേടുവതെന്തേ? കുഞ്ഞിനു തീറ്റയ്ക്കൊരുമണി നെല്ലോ?
തേങ്ങുവതെന്തേ നീയും നിന്നുടെ പാട്ടിൻ തേൻകുടവും?
(നാടിനുവേണ്ടി...)

നെന്മണി തന്നു വളർത്തിയതല്ലേ പണ്ടൊരു വയലമ്മ!
കൺമണിയായി വളർന്നവളല്ലേ നീയാ മാന്തോപ്പിൽ?
താഴ്വരയിൽ പൂക്കാലം പുലരാൻ തപസ്സിരുന്നില്ലേ?
-എന്തേ?
ഈ വഴിവക്കിലെ വാകച്ചോട്ടിൽ തനിച്ചിരിക്കുന്നൂ?-നീ
തനിച്ചിരിക്കുന്നൂ?
(നാടിനുവേണ്ടി...)

കനിവിന്നുറവകളെല്ലാമെല്ലാം വറ്റിവരണ്ടില്ലേ?
കതിർമണി തേടിപ്പോയോരിണയെ കഴുകൻ കൊത്തീലേ?
നിൻ മിഴിനീരും നിണവും വാറ്റിയ പാട്ടുകളാണല്ലോ
നൊന്തുമിടിക്കും നെഞ്ചിലെ വീണക്കിടാവു പാടുന്നൂ!
(നാടിനുവേണ്ടി...)

സംഗീതം: എം. കെ. അർജ്ജുനൻ

നാടകം: അസ്തമിക്കാത്ത സൂര്യൻ

കുട്ടിക്കുറുങ്ങാലിത്തത്തമ്മപ്പെണ്ണിനെ
കെട്ടാൻ പുതുമാരനെത്തുന്നേ! – നമ്മുടെ
കുട്ടിക്കുറുങ്ങാലിത്തത്തമ്മപ്പെണ്ണിനെ
കെട്ടാൻ മണവാളനെത്തുന്നേ!
കൊട്ടും കുഴൽപ്പാട്ടുമാർപ്പുമായെല്ലാരും
ഒത്തു വരവേല്ക്കാൻ വായോ!
(കുട്ടിക്കുറുങ്ങാലി...)

കുത്തുവിളക്കുമെടുത്തു മുമ്പേ–അനി–
യത്തിക്കിടാങ്ങളൊരുങ്ങിനില്ക്ക്!
കുട്ടന്റെ കൈയിൽ കളഭക്കിണ്ണം–മണി–
ക്കുട്ടി പനിനീർ കുടഞ്ഞുവായോ!
താലിപ്പെണ്ണുങ്ങളാലോലം ഓലോലം
താളത്തിൽ കുരവയിടോ!
(കുട്ടിക്കുറങ്ങാലി...)

മിന്നും പുടവയുടുത്തൊരുങ്ങി–മുടി
പിന്നിക്കുടമുല്ലമാല ചുറ്റി
അച്ഛന്റെ കൈ പിടിച്ചമ്മതൻ കൺമണി
പുത്തൻ മണവാട്ടിയായി വന്നേ!
പൊന്നുംകുടമായ ഞങ്ങടെ കൊച്ചിനെ
പൊന്നുപോൽ നോക്കണേ മണവാളാ!
(കുട്ടിക്കുറുങ്ങാലി...)

(ദ്രുതതാളം)
തിത്തിത്താരപ്പൊയ്കക്കടവിലെ

ഇത്തിരിയുള്ളൊരു മൺപുരതന്നുടെ
മുറ്റത്തിട്ടൊരു പന്തലിനുള്ളിൽ
കൊട്ടും കുരവേമാർത്തു തിമിർത്ത മു-
ഹൂർത്തത്തിൽ പുതുമാരനണഞ്ഞേ!
ഇത്തിരിപ്പൂപോലൊരു പെണ്ണിന്
തിത്തക തിമൃതക താലികെട്ട്!
തിത്തക തിമൃതക താലികെട്ട്!

(കുട്ടിക്കുറുങ്ങാലി...)

സംഗീതം: എം. കെ. അർജ്ജുനൻ

നാടകം: ഛായാമുഖി

പഥിക പോരിക! നീങ്ങീ യവനിക!–
പഴയ നാടകശാലതൻ വേദിയിൽ!
കഥ പഴയതാ,ണല്ലെങ്കിലെന്തുണ്ട്
പുതിയതായീപ്പുരാതനഭൂമിയിൽ?

ഉടുപുടവകൾ മാറിയാൽ മർത്ത്യന്റെ
ഉടൽവടിവല്ലാതാത്മാവ് മാറുമോ?
ഉയിരിൽ കാമന കത്തിച്ചുവയ്ക്കുന്ന
തിരിയിലെ തൈലവാസന മായുമോ?

വിടനെ കാമുകനാക്കുന്നു കാലം!
ഭടനെച്ചാർത്തുന്നു സമ്രാട്ടിൻ കോലം!
തുടുതളിർ ചൂടി നില്ക്കും കിഴവനാം
വടതരുവിനും താരുണ്യമോഹം!

കഥയിൽ പച്ചയും ചോപ്പും മിനുക്കും
പതിവു തെറ്റിച്ചൊരു പകർന്നാട്ടം
ഇവിടെ കാണാൻ ക്ഷണിക്കുന്നു കാലം!
അവനിവാഴ്വൊരു വിസ്മയമെന്നും!

(പഥിക പോരിക...)

സംഗീതം: വിദ്യാധരൻ

നാടകം: ഭീമസേനൻ (കെ. പി. ഏ. സി.)

ഒരുമണി വിത്തു വിതച്ചാലൊരുപിടി
പകരം നല്കും മണ്ണാണേ!
കനകം വിളയും മണ്ണാണേ!-തേൻ-
കനികൾ കായ്ക്കും മണ്ണാണേ!-ഇത്
നമ്മുടെ മണ്ണാണേ!

ഇമ്മണ്ണിൻ മക്കൾക്കിന്നുത്സവം!
കതിർ കൊയ്തു പാടുന്നൊരുത്സവം!
തൊടിതോറും കിളിപാടുമുത്സവം!
ഇമ്മണ്ണിൻ മക്കൾക്കിന്നുത്സവം!
(ഒരുമണി വിത്തു...)

"തഢിമി തഢിമി തകൃതിമിതാളം
തത്തും ചുവടുകളോടെ,
ഒത്തൊരുമിച്ചൊരു നൃത്തം ചെയ്യാൻ
തത്തമ്മക്കിളി വന്നാട്ടെ!"

"ഇത്തിരി വാസനനൂറും തേച്ചൊരു
വെറ്റില തെറുത്തുതന്നാട്ടെ!"
"എന്തിനു വെറ്റം പാക്കും? ചൊടികൾ-
ക്കെന്തൊരു ചന്തം തത്തമ്മേ!"

"മാന്തളിൽകൊണ്ടൊരു മാളികതീർത്തേ
മാണിക്യക്കുയിലാളേ! വാ!
കാണാമറയത്തെങ്ങോനിന്നൊരു
കൊച്ചുമുളംകുഴൽ പാടുന്നേ!"

"വയറുകൾപോലേ കായുമടുപ്പിൽ
വറളികൾ കത്തിപ്പടരുന്നേ!

എരിപൊരികൊള്ളും ചട്ടിയിൽനിന്നും
കൊതിയൂറും മണമുയരന്നേ!
(ഒരുമണി വിത്തു...)

ഗോതമ്പപ്പാടത്തെപ്പെണ്ണേ! നിനക്കാരീ
ഗോമേദകമണിമാല തന്നൂ?
ഡോലക്കിൻ താളത്തിലാടുമ്പോൾ കാറ്റത്തൊ-
രായിരമിതളുള്ള പൂപോലെ
ഓരോ ഞൊറിയും വിടർന്നുലഞ്ഞീടുന്നൊ-
രോമനച്ചന്തമായ് വാവാവാ!
ആനയോ, മഞ്ചലോ എന്തു വേണം നിന്നെ
ആലോലം താങ്ങിയെടുത്തുപോവാൻ?

സംഗീതം: എം. കെ. അർജ്ജുനൻ

നാടകം: ഭീമസേനൻ (കെ. പി. ഏ. സി.)

കാക്കച്ചീം മക്കളും കാട്ടിച്ചെന്നപ്പം
കാട്ടിലെ പേരാലിൻ കാ പഴുത്തേ!
പഴമായ പഴമെല്ലാം കൊത്തിത്തിന്നപ്പൊ
പഴംപാട്ടൊന്നറിയാതെ പാടിപ്പോയേ!
തിത്തക തിത്തക കാകാകാ...
തക്കിട തരികിട കാകാകാ...

പ്ലാവിന്റെ വേരിലും തേൻവരിക്ക!-കാട്ടു-
ഞാവലിൻ കയ്യിലും തേൻകുടങ്ങൾ
അത്തിയുമിത്തിയും മൂത്തുപഴുത്തപ്പൊ
പുത്തൻ വിരുന്നിൻ പുകിലായേ!

മാവിന്റെ കൊമ്പിന്മേലുറി കെട്ടിത്തൂങ്ങുന്ന
മാമ്പഴത്തേൻകുടം കൊത്തിവീഴ്ത്തി
കാക്കച്ചീം കുട്ട്യോളും കോരിക്കുടിച്ചിട്ടു
പൊത്തിലിരുന്നു കുരവയിട്ടേ!

സംഗീതം: എം. കെ. അർജ്ജുനൻ

നാടകം: ഭീമസേനൻ (കെ. പി. ഏ. സി.)

അഞ്ചിതളുള്ളൊരു പൂവേ!
അഞ്ജനശ്രീയുള്ള പൂവേ!
അഞ്ചു തേൻതുമ്പികൾ ആരാധിക്കും നിന്റെ
അഞ്ചിതലാസ്യത്തിനെന്തു ഭംഗി! നിന്റെ
രഞ്ജിനീരാഗത്തിനെന്തു ഭംഗി!

സാത്വികനാമൊരു തുമ്പിതൻ മുന്നിലായ്
സാധ്വിയാം നീ കരം കൂപ്പി നില്പൂ!
കാറ്റിനേപ്പോൽ കരുത്തുറ്റൊരു തുമ്പിതൻ
ആർദ്രമാം മാനസം കാൺമതില്ലേ?–നീ
കാൺമതില്ലേ?
ആശിച്ചുമോഹിച്ചവൻ മുകർന്നീടുമ്പോൾ
ആ മുഖമെന്തേ കുനിഞ്ഞുപോവാൻ?

ദേവാംഗനയും കൊതിക്കുന്ന മറ്റൊരു
പൂവാലൻതുമ്പി വന്നുമ്മവയ്ക്കേ,
ആ നറുംസ്നേഹനിലാവിലലിയുന്നൊ–
രാനന്ദസന്ധ്യയായ് മാറുന്നുവോ?–നീ
മാറുന്നുവോ?
എങ്കിലുമോരിതൾപ്പൂവല്ല നീ,യെന്നും
അഞ്ചു പൂത്തുമ്പികൾക്കോമന നീ!
(അഞ്ചിതളുള്ളൊരു...)

സംഗീതം: എം. കെ. അർജ്ജുനൻ

നാടകം: ഏനും ഏന്റെ തമ്പ്രാനും

ഓണാട്ടുകരയില് കുടിവച്ച ചീവോതിക്ക്
ഓണപ്പുടവ നെയ്യാനൊത്തുവായോ!
ചേലുള്ള ചേർനിലത്തിൽ
നീളത്തിൽ നിരന്നുവായോ!
ഞാറെടുത്തയ്യയ്യയ്യാ! – നട്ടുവായോ!

ഞായറുദിക്കുംമുമ്പേ പാടത്തു പാറിവന്ന
ഞാറ്റുവേലക്കിളിയേ! ഒന്നു പാടൂ!
പൊട്ടിയെ പുറത്താക്കി കർക്കിടം പോവുമ്പോ
തിത്തെയെന്നാവണി എത്തുമല്ലോ!
(ഓണാട്ടുകരയില്...)

തത്തമ്മച്ചുണ്ടുള്ള കൊയ്ത്തരിവാൾക്കിളിയേ!
ഒത്തുചേർന്നയ്യയ്യാ! കൊയ്തുവായോ!
മുത്തണിക്കതിരെല്ലാം കൊയ്തുവായോ!

നിറനിറപ്പറവച്ച് നിറപറമേൽ വയ്ക്കാനൊരു
കതിരിങ്ങരിഞ്ഞുതാ കുരുവിപ്പെണ്ണേ!
ഒരുപിടി കതിരുകോർത്തൊരു കോർമ്പൽ കെട്ടിത്താ!
കുടിലിലിലെത്തേയിക്കും താലികെട്ട്!

കാറ്റത്തും വെയിലത്തും പാൽക്കതിർക്കുടങ്ങളിൽ
കാച്ചിക്കുറുക്കിയ പുന്നെല്ലാണേ!
പുന്നെല്ലിൻ കതിർ കൊയ്ത് പുത്തനൊരോണത്തിൻ
പൊന്നരിവാൾപ്പാട്ട് പാടാൻ വായോ!
(ഓണാട്ടുകരയില്...)

സംഗീതം: എം. കെ. അർജ്ജുനൻ

നാടകം: ഏനും ഏന്റെ തമ്പ്രാനും

ഇനിയൊന്നു ചിരിക്കൂ, ചിരിക്കൂ, പൊന്നമ്പിളീ!
നിറനിലാവായെന്നിൽ പെയ്തിറങ്ങൂ!
നിമിഷത്തിൽ പരിഭവംപോലും കവിളിലെ
മറുകുപോലഴകാർന്നതല്ലേ?–ഈ വാക്ക്
മധുരക്കരിമ്പുനീരല്ലേ?

തിരയുന്നതെന്തിനു വാക്കുകൾ–പരിഭവം
പറയുവാനീ കരിമിഴികൾ പോരും!
പവിഴംപോൽ തുടുക്കുമീക്കവിള് പോരും!–ഏറെ
പറയേണ്ടീ വാക്കിലേ മധുരമുള്ളൂ!

മണമുള്ള പൂവിനു വിരിയുവാനും നല്ല
മുനയുള്ള മുൾച്ചെടിത്തണ്ടു വേണം!
ഒരുവേള കാവലായ് നില്ക്കുവാനും!–പ്രേമ
പരിഭവം പൂവേ! നിൻ നറുമണമോ?

(ഇനിയൊന്നു ചിരിക്കൂ...)

സംഗീതം: എം. കെ. അർജ്ജുനൻ

നാടകം: നഗരവിശേഷം (കെ. പി. ഏ. സി.)

രാവിൽ വിരിഞ്ഞു പുലരിയിൽ മാഞ്ഞുപോം
പൂവേ! നിൻ പേരെനിക്കറിയില്ല!
എങ്കിലും നിന്നിതൾത്തുമ്പിലെ തൂമണം
എന്നെയും കാത്തിങ്ങു നില്പൂ!

കൺകളിൽ നിദ്ര വന്നുമ്മവയ്ക്കുമ്പൊഴും
നിൻമുഖം സ്വപ്നത്തിൽ വന്നുദിക്കും
പൊന്നമ്പിളിപോലെ, പൊന്നാമ്പൽപ്പൂപോലെ
പൊൻകണിപ്പൂങ്കുലപോലെ!–ഒരു
പൊൻകണിപ്പൂങ്കുലപോലെ!

അജ്ഞാതസൗഗന്ധികമേ!–എന്റെ
ആത്മാവ് തേടുന്നു നിന്നെ
ഏതോ ശാപത്താൽ പരസ്പരം വേർപിരി–
ഞ്ഞേകാന്തതയുടെ താഴ്വരയിൽ,
നൊമ്പരത്തേൻകനി തിന്നു മയങ്ങുന്നൊ–
രമ്പലപ്രാവുകൾപോലെ!–നാം
അമ്പലപ്രാവുകൾപോലെ!

അജ്ഞാതസൗന്ദര്യമേ! നീ എന്റെ
ആത്മാവിൻ ദാഹമായ് വന്നു!

സംഗീതം: എം. കെ. അർജ്ജുനൻ

നാടകം: നഗരവിശേഷം (കെ. പി. ഏ. സി.)

രോഗശാന്തി തേടിയെത്തുമാതുരാലയം-നിത്യ-
രോഗികളായ് മാറ്റുകയോ നമ്മളെ!
വേദനതൻ വിപണിയല്ലീയാതുരാലയം-ദീന
സേവനത്തിൻ മഹിതമാകും മതിലകം-ഇത്
സേവനത്തിൻ മഹിതമാകും മതിലകം!

രോഗമൊന്നു മാറ്റുവാനായ് നല്കുമൗഷധം-അന്യ
രോഗമെന്ന മുള്ളു കോർത്ത വരണമാല്യമോ?
നൊന്തുകേഴുമീ മനുഷ്യർക്കന്തകന്റെ തോട്ടിയല്ലാ
സാന്ത്വനത്തിന്നമൃതമാകുമൗഷധം-തരൂ!
സാന്ത്വനത്തിന്നമൃതമാകുമൗഷധം!

സ്നേഹദൂതർ വാഴുമിടം തേടി വന്നതീ-ധന
മോഹമെന്ന യക്ഷി വാഴുമാലയത്തിലോ?
നോവുകൾക്കൊരറുതി തേടിയിവിടെ വന്നു നാം-നിങ്ങൾ
ജീവനൗഷധം; തരൂ ജീവിതം!-ഇവർക്കു
ജീവനൗഷധം; തരൂ ജീവിതം!

(രോഗശാന്തി...)

സംഗീതം: എം. കെ. അർജ്ജുനൻ

സീരിയൽ: "പുനരപി-"

'പുനരപി ജനനം-പുനരപി മരണം"
സുരനദിയാം ഗംഗ പാടിടുന്നു!
ഹിമശൈലശൃംഗത്തിൽനിന്നു പിറന്നവൾ
പ്രിയ ഗംഗ പായുന്നു ജീവിതംപോൽ!
ഒരു ദിനം സാഗരവിരിമാറിൽ വീണവൾ
മറയുന്നു, ഇത് നദീമരണമെന്നോ?
കടലിലെ നീർക്കണം നൊന്തു നീരാവിയായ്
മുകിൽ മാലകളായ് പറന്നിടുന്നു!
ഹിമഗിരിമുടിയിൽ വീണതു മറ്റൊരുറവയായ്
ഒഴുകുന്നു-"പുനരപി ജനനം!"

(പുനരപി ജനനം...)

ഒരു കുയിൽ പാടുമ്പോൾ, ഒരു പൂവ് വിരിയുമ്പോൾ
ഒരു കാറ്റ് പൊൻമുളം കുഴലൂതുമ്പോൾ
നിറയുന്നിതാത്മാവിൽ ജന്മജന്മാന്തര-
സ്ഥിരസൗഹൃദങ്ങൾതൻ സൗരഭങ്ങൾ!
എവിടെയോ കണ്ടു മറന്നപോലേ, പിന്നെ
എവിടെയോ കാതോർത്തുകേട്ടപോലേ
അറിയാതെയോർമ്മിച്ചുനിന്നുപോകുന്നു നാം
ഒരു മുഖം - ഒരു നറുമൊഴിയും!

(പുനരപി ജനനം...)

ശീർഷകഗാനം

സീരിയൽ: സീത

സഹനത്തിൻ സൗന്ദര്യമേ!-സ്ത്രീയെന്ന
സഹനത്തിൻ സംഗീതമേ!
കദനത്തിൻ കനലിൽ
ഉരുകിത്തെളിവേല്ക്കും
കനകശലാകയല്ലേ?-നീയൊരു
കനകശലാകയല്ലേ?

അത്തിരുമെയ്യിൽ തൊടുംമുമ്പേ
അഗ്നിയും തൊഴുതുനില്ക്കും
ശുദ്ധിയല്ലേ?-പരിശുദ്ധിയല്ലേ?-ഭൂമി-
പുത്രീ! നീയൊരു ദുഃഖം!
സംശയത്തിൻ വലയ്ക്കുള്ളിൽ പിടയുന്ന
സംശുദ്ധിതൻ സ്വർണ്ണമത്സ്യമല്ലേ?
(സഹനത്തിൻ...)

മറ്റുള്ളവർക്കായെരിഞ്ഞെരിഞ്ഞു
കത്തും കതിർവിളക്കേ!
പൊൻതിരിനാളമായ് പുഞ്ചിരിക്കും സ്നേഹ-
ബന്ധുരേ! നീയൊരു ദുഃഖം!
നിന്ദിതയായ് പരിത്യക്തയാം നീ കന്നി-
മണ്ണിന്റെ വാത്സല്യദുഗ്ദ്ധമല്ലേ?
(സഹനത്തിൻ...)

ശീർഷകഗാനം

സീരിയൽ: സ്വപ്നത്തിൽ കണ്ട മുഖം

രാവിനു മായായവനിക ചാർത്തുവാൻ
തൂനിലാവിൻ വിരി ആരു നെയ്തു?
പാതിബോധത്തിലിപ്പാതിരാപ്പക്ഷികൾ
പാടുന്നതിൻ പൊരുളാരറിഞ്ഞു?

മുന്നിൽ വിരിഞ്ഞതു പൂവോ?–പൂപോലൊരു
കന്യകതൻ മിഴിയോ?
ആ മിഴിപ്പൂക്കളിൽ വീണു മയങ്ങുന്ന–
താരുടെ സ്വപ്നജാലം?
ഏതു കഥയിലെ രാജകുമാരിയെ
തേടിയാരീ മണിത്തേരിൽ വന്നു?

കണ്ണിൽ വിടർന്ന കിനാവുകളോ പൂത്തു,
ഗന്ധർവ്വപ്പാലകളോ?
മായാമയിൽപ്പീലി തൊട്ടുവിടർത്തുന്ന
മാരിവിൽവർണ്ണങ്ങളോ?
ഈ നദിക്കക്കരെ, യിക്കരെയാടുന്നു
കാർനിഴലോ കനൽപ്പൂവുകളോ?
(രാവിനു മായായവനിക...)

ശീർഷകഗാനം

സീരിയൽ: ഉള്ളടക്കം

താമരപ്പൈങ്കിളികൾ
താരാട്ടിയുറക്കിയ
താഴംപൂപോലുള്ള പെൺകിടാവേ!
ഈ വയൽച്ചേറിലെ
തൂവെള്ളാമ്പൽപ്പൂവേ!
ഈ നല്ല മണ്ണിന്റെ പൊന്മകൾ നീ!

സൗവർണ്ണശലഭങ്ങൾ
പൂവേ, നിന്നാത്മാവിൻ
സൗരഭമറിഞ്ഞതില്ല!
കാർമുകിൽ നിറമോലും പാവമാമൊരു കുയിൽ
ഓമനേ, നിനക്കായി പാടുന്നു!

ആവണിനിലാവിന്റെ
ലാവണ്യമല്ലേ നീ?-
ആനന്ദലഹരിയല്ലേ?
പാടത്തിൻ വരമ്പത്തെ പൂമരം നിനക്കിതാ
കാതരേ, മലർക്കുടം നീർത്തുന്നു!

(താമരപ്പൈങ്കിളികൾ...)

ശീർഷകഗാനം

ആൽബം

കളിയോടം തുഴയാനെൻ കൂടെ
വരുമോ നീ ഒരു പാട്ടും പാടി?–
താതെയ്യം താളമിട്ടു പാടി?
അക്കരെപ്പോകാം–പൂമേടുകൾ കാണാം
പത്തുപൂ തേടും–പൂത്തുമ്പികളാവാം!

(കളിയോടം...)

പൊന്നോണപ്പൂവുകൾക്ക്
പൊലി പാടാൻ പോയ്‌വരാമോ?
കുന്നോളം–പൂവിറുത്തേ
കളമൊന്നു–തീർത്തിടാമോ?
കളിയൂഞ്ഞാലാടാൻ പോരാമോ?
കളിവട്ടം കൂടാൻ പോരാമോ?
കിളിപ്പൈതലായ് കൊഞ്ചി വരൂ!
കളമൊഴി നീ പാടി വരൂ!
ഈയോടം–പൊന്നോടം–ഏറി
മറുകരയിലെ മലർവനിയതിലണയാം!

(കളിയോടം...)

താഴംപൂപ്പോള കോട്ടി
ഒരു പീലിപ്പൊൻകിരീടം
ചന്തത്തിൽ ചാർത്തിടാം ഞാൻ
ഒരുവട്ടംകൂടി നിന്നെ!
മയിലാടും കുന്നിൽ പൂ തൂകും
മലർവാകച്ചോട്ടിൽ രാപ്പാർക്കാം!
മണിത്തെന്നലേ! വീശി വരൂ!
അഴകലപോൽ നീന്തിവരും
ഈയോടം–പൊന്നോടം–ഏറി
മറുകരയിലെ മധുവനമതിലണയാം!

(കളിയോടം...)

സംഗീതം: ജോൺസൺ

ആൽബം

ആരു നീ പിന്നിലെന്റെ
നിഴലായ് വരുന്നു?-
പിരിയാതെന്നുമെന്നും
പോരുന്നു കൂടെ?
ആരു നീ മൂകമെന്റെ
നിഴലായ് വരുന്നു?
പിരിയാതെന്റെകൂടെ
പോരുന്നു നീളെ?

വെയിലും പൂനിലാവുമെന്റെ മുന്നിൽ
കതിർ തൂകിടുമ്പോൾ
നിഴലേ, നീയെൻ ശ്യമരൂപമെന്തേ
എഴുതുന്നു താഴെ?
പ്രാണനിൽ വീണമീട്ടിയാരോ
പാടുന്നുവോ?
നീയോ സഖി! നീ?
പകലും രാവുമെന്റെ മുന്നിലാടി
നിഴൽനാടകങ്ങൾ!
ഉയിരിൽ രാഗരൗദ്രതാളമോടേ
രതിതാണ്ഡവങ്ങൾ!
വാഴ്‌വിതിൽ നീയും ഞാനുമൊന്നായ്
ആടുന്നുവോ?-
ചൊല്ലൂ സഖി! നീ?
(ആരു നീ പിന്നിലെന്റെ...)

സംഗീതം: ജോൺസൺ

ആൽബം

രജനീ! രജനീ! വരു നീ!
മദകരകോകില കളഗീതവുമായ്
വരു നീ രജനീ! രാഗമയീ!
ഏതോ ഹൃദയം പാടുന്നകലെ
ചേതോഹരമീ ഗാനം!

അരുതേ ദീപക് രാഗാലാപം!
വിരഹാഗ്നിയിൽ ഞാനെരിയുന്നൂ!
കുടകപ്പാലപ്പൂമണമുള്ളൊരു
കുളുർകാറ്റേ! നീ പോവൂലേ?-എൻ
പ്രിയനോടൊരു വാക്കോതൂലേ?

വനമുല്ലകളെത്തഴുകിപ്പൂവുകൾ
അണിയിക്കുകയാണിന്നാരോ!
ഒരു പൂവെന്നെ ചൂടിക്കാൻ നീ
വരുമെന്നോർത്തു ഞാൻ വെറുതേ!
അരുതേ, വരുവാൻ വൈകരുതേ!
(രജനീ, രജനീ...)

സംഗീതം: രാജീവ് ഓയെൻവി

ആൽബം

കാറ്റേ!... കുളുർകാറ്റേ!
ആടിമാസക്കുളിരിലാടിവാ!

ഏതു മലർക്കാവുകളെത്തഴുകിയൊഴുകി വന്നു നീ?
ഏതു മുളംതണ്ടിനെയും മുരളികയായ് മാറ്റി നീ!
ഏതു കുയിൽപ്പാട്ടിനൊത്തു ചൂളമിട്ടു നീ?
ഏതു രാ-ക്കുളിരിനെപ്പുണർന്നുറങ്ങി നീ?

കാറ്റേ!... കുളുർകാറ്റേ!
ആടിമാസക്കുളിരിലാടിവാ!

രാമഗിരിയിൽനിന്നു രാഗദൂതുമായ് വരും
ശ്യാമമേഘമഞ്ചലുമായ് മൂളിവന്നുവോ?
മാളികതൻ മുകളിലേതോ
മാളവികയ്ക്കരികിൽ നീ
കാളിദാസഹൃദയരാഗമാലപിച്ചുവോ?

കാറ്റേ!... കുളുർകാറ്റേ!
ആവണിനിലാവിലാടിവാ!

മീട്ടുവാനവൾ മറന്ന വീണ മീട്ടിയോ?
ആർദ്രമാക്കവിൾത്തടങ്ങൾ നീ തലോടിയോ?
ഏതു രാഗഗീതികയായ്
മാധുരി ചൊരിഞ്ഞു നീ?
പാതിബോധക്കുളുർനിലാവ് പൂ ചൊരിഞ്ഞുവോ?
കാറ്റേ!... കുളുർകാറ്റേ!
ആതിരപ്പൂങ്കുളിരിലാടിവാ!

സംഗീതം: രാജീവ് ഓയെൻവി

ആൽബം

ഒരു സ്വപ്നസുന്ദരസൗധം നമുക്കായ് നാം
ഒരുമിച്ചിവിടെ പടുത്തുയർത്തും!
മുന്തിരിത്തോപ്പില്ല രാപ്പാർക്കുവാൻ!
വെൺകളിമേടയില്ലാ!
നിസ്വരാം നമ്മൾക്കായ് നാമിന്നു തീർത്തു
നിദ്രതൻ തീരത്തീ സ്വപ്നസൗധം!
സുന്ദരസ്വപ്നസൗധം!

കാവലാളില്ലാ–കൺചിമ്മി നില്ക്കുന്ന
പൂവുകളല്ലാതെ!
പാടിയുറക്കുവാനാരുമില്ലാ, രാ–
പ്പാടികളല്ലാതെ!
മണിയറദീപങ്ങളില്ലാ, മാനത്തെ
ശരറാന്തലല്ലാതെ!
ഹരിനീലതൃണദലശോഭിതശയ്യയി–
ലൊരുമിച്ചു നാമിളവേല്ക്കും!–പ്രേമ–
സുരഭിലരാവേ! നീ മായരുതേ!–നീ മായരുതേ!

ചാമരമില്ലാ–ചന്ദനമണമുള്ള
വാർതെന്നലല്ലാതെ
ഏതൊരു ഗന്ധർവ്വഗായകനോ, സ്നേ–
ഹാതുരമായ് പാടീ!
ഹൃദയത്തിന്നാഴത്തിലെങ്ങോ നിന്നൊരു
വനവേണു മൂളുംപോൽ!
നുകരാത്ത തേനിന്റെ മാധുര്യമിന്നു നാ–
മൊരുമിച്ചു നുകരുകയായീ!–പ്രേമ–
സുരഭിലയാമിനീ മായരുതേ!–നീ മായരുതേ!
(ഒരു സ്വപ്നസുന്ദര...)

സംഗീതം: രാജീവ് ഓയെൻവി

ആൽബം

പാടും പുഴയുടെ തീരത്തിരുന്നു ഞാൻ
പാടീയെന്നോമനേ, നിന്നെപ്പറ്റി!
ആറ്റക്കിളികളും കാട്ടുമുളകളും
ആസ്വദിച്ചാ ഗാനമേറ്റുപാടീ!
നീമാത്രമാപ്പാട്ടു കേൾക്കാതെ
ഈ വഴി മിണ്ടാതെ പോയീ!
പൂവുകൾ ചിന്നിച്ചിതറിക്കിടക്കുന്ന
പൂവരശിൻ തണൽതന്നിൽ
ആരോ വരച്ച ശകുന്തളാചിത്രംപോൽ
ആരെ നീ ധ്യാനിച്ചിരിപ്പൂ?
ഈ നീലവാനിനു കീഴിൽ
നീയും നിൻ സ്വപ്നവും മാത്രം!
(പാടും പുഴയുടെ...)

പാറിവന്നെത്തുമീ പ്രാവുകൾ നിൻമുഖം
ആരോമലേ, നോക്കിനില്പൂ!
ഇത്തിരി നെന്മണി കൊത്തിക്കൊറിക്കുവാൻ
ഇട്ടുകൊടുക്കാൻ മറന്നതെന്തേ?
സ്നേഹിച്ചൊരാത്മാവരികേ
ദാഹിച്ചു നില്പതുമോർക്കാതെ!
(പാടും പുഴയുടെ...)

ആരുടെ കാലൊച്ച സംഗീതമായി നിൻ
ആത്മാവിലിന്നും തുടിപ്പൂ?
ആരണിയിച്ചൊരു പൊൻമോതിരത്തിലെ
പേരു നീ വായിച്ചിരിപ്പൂ?
ആ മണിമോതിരപ്പൂവിൽ
ആരുടെ തൂമുഖം കണ്ടു?
(പാടും പുഴയുടെ...)

സംഗീതം: രാജീവ് ഓയെൻവി

ആൽബം

ആതിരത്തോണി തുഴഞ്ഞു പോകാം
ആലോലം ആലോലം ആലോലം!-
ആതിരത്തോണി തുഴഞ്ഞു പോകാം-

മേലേ നിലാവിന്റെ മുല്ല പൂത്തു!
നീളേ പൂമഴ പെയ്തു!-സഖീ!
നീയും ഞാനുമതിൽ കുളിർത്തു!

(ആതിരത്തോണി...)

ഒരുമാത്രപോലും മയങ്ങരുതേ!-നമു-
ക്കൊരുമിച്ചിരുന്നീ നിശയുടെയോരോരോ
നിമിഷവും നിർവൃതിമധുരമാക്കാം!
തുഴയാതെ നീങ്ങുമിത്തോണി നമുക്കായ്
പുഴ തീർത്ത പൂമഞ്ചമല്ലേ?

(ആതിരത്തോണി...)

ഒരു നെടുവീർപ്പും സംഗീതമല്ലേ?-പ്രേമ-
സുരഭിലമാമീ നിശയുടെയാത്മാവിൻ
സുമധുരസ്പന്ദനം നമ്മളല്ലേ?-
പുളകത്തിൻ നീർമണിക്കാറ്റ് നമുക്കായ്
പുഴചാർത്തും പൂങ്കുളിരല്ലേ?

(ആതിരത്തോണി...)

സംഗീതം: രാജീവ് ഓയെൻവി

ആൽബം

മായും!-ഈ സന്ധ്യയും മായും!-സന്ധ്യ
മാനത്തു ചാർത്തിയ കുങ്കുമവും!
മായുകയില്ലെന്നാളും നീയും, നിൻ സ്നേഹമെൻ
ജീവനിൽ തൂകിയ കുങ്കുമവും!

ജന്മങ്ങൾതൻ നടക്കാവുകളെത്രയോ
പിന്നിട്ടുപോന്നവർ നമ്മൾ!
എന്നിൽ നീയും, നിന്നിൽ ഞാനുമൊരാനന്ദ-
സന്ധ്യയായെന്നും തുടുത്തുനില്പൂ!
ഏദനിൽനിന്നുമീ ഭൂമിയിൽ വന്നതി-
ലോമനേ! ഖേദിപ്പതില്ല! നമ്മൾ!
(മായും, ഈ സന്ധ്യയും...)

കൺമണീ മായുകില്ലീ മലർത്താളിൽ ഞാൻ
ഇന്നു വരച്ച നിൻ ചിത്രം!
ഏതോ നിഗൂഢമായോതുന്ന മാതിരി
പാതിവിടർന്നൊരാ സുസ്മിതവും,
ഏതോ പതുക്കെപ്പറയുമാക്കൺകളും!-
ചേതോഹരം പ്രിയേ! നിന്റെ ചിത്രം!
(മായും, ഈ സന്ധ്യയും...)

സംഗീതം: രാജീവ് ഓയെൻവി

ആൽബം

ശിശിരം വിടർത്തുമീപ്പൂവുകളിൽ നിന്റെ
മിഴികൾ ഞാൻ കണ്ടൂ സഖീ!
പൂവിതൾത്തുമ്പിലെ നീഹാരബിന്ദുവിൽ
ദേവീ, നിൻ നൊമ്പരം കണ്ടൂ!
നിൻമുഖം, നിൻ മിഴി കാണ്മൂ ഞാനിന്നെങ്ങും!
എന്നടുത്തില്ല നീ!-എവിടെ?
നീയെവിടെ?

ശിശിരം നെയ്യുമീ മഞ്ഞലയിൽ നിന്റെ
തളിരുടയാട ഞാൻ കണ്ടൂ!
കൊലുസ്സും കിലുക്കിപ്പോം അരുവികളിൽ നിന്റെ
സുലളിതപദഭംഗി കണ്ടൂ!

നിൻ മുഖസൗരഭം തെന്നലിൻ കുമ്പിളിൽ-
നിന്നു ഞാൻ കോരിക്കുടിച്ചൂ-കുമ്പിളിൽ
നിന്നു ഞാൻ കോരിക്കുടിച്ചൂ!
(ശിശിരം വിടർത്തുമീ...)

ശിശിരം പെയ്യുമീ ചന്ദ്രികയിൽ നീയെൻ
ഉയിരിലെ കുളിരായ് പടർന്നൂ!
ഉതിർമഞ്ഞ് മുല്ലപ്പൂവിരിയിട്ട താഴ്വര
ഒരു മലർശയനീയമായീ!

നിൻ കഴലൊച്ചയ്ക്കു കാതോർത്തു കാതോർത്തു
കമ്പിതഗാത്രനായ് നിന്നൂ-ഞാൻ
കമ്പിതഗാത്രനായ് നിന്നൂ!
(ശിശിരം വിടർത്തുമീ...)

സംഗീതം: രാജീവ് ഓയെൻവി

ആൽബം

രാകേന്ദുമായുന്നുവോ?
രാപ്പാടി തേങ്ങുന്നുവോ?
രാവും വിടപറയുന്നുവോ?–ചെമ്പനീർ–
പ്പൂവിൻ മിഴികൾ നനയുന്നുവോ?
(രാകേന്ദു...)

മഹിതമാമൊരു ശോകകവിതതന്നീരടി
മധുരമായ് മൂളുന്നതാരോ!
അവനിയെയത്രമേൽ സ്നേഹിച്ചുപോയൊരാൾ
അശരീരിയായ് പാടിയലയുന്നുവോ?–
"ഏറെത്തുടുത്തു തുടുത്തൊരു ചെമ്പനീർ–
പ്പൂവാണെന്നനുരാഗം!"
(രാകേന്ദു...)

പഥിക! നീ കണ്ടുവോ, നിൻ വഴിത്താരയിൽ
പുതുതായ് തളിർത്തൊരാ പൂമരങ്ങൾ?
ചിറകടിച്ചവയിൽ വന്നണയുന്നു പിന്നെയും
പറവകൾ നിൻഗാനമേറ്റുപാടാൻ!
ഈ വയൽപ്പൂക്കൾതൻ ചാരത്തിൽനിന്നുയിർ–
ത്തീടുന്നു വാകതൻ പൂക്കൾ!
(രാകേന്ദു...)

സംഗീതം: രാജീവ് ഓയെൻവി

ആൽബം

ഏതോ പെരുന്തച്ചൻ സ്വർഗ്ഗത്തിൻ ഛായയിൽ
ചേതോഹരമായി തീർത്ത നാടേ!
ദൈവത്തിൻ സ്വന്ത നാടേ!
തീമഴ പെയ്യുന്നൊരീ മരുഭൂമിയിൽ
ഭാരം ചുമന്നു തളർന്നിടുമ്പോൾ,
ഓരോ നിമിഷവുമോർത്തുപോവുന്നിവർ
കേരളമേ! നിന്നെ!

മരതകക്കുട ചൂടി ഇളനീർപ്പൊൻകുടമേന്തി
മരുവുമാ കേരതരുനിരകൾ
അക്കരെപ്പോയോരീ മക്കളെ കൈനീട്ടി
ഇപ്പൊഴും മാടിവിളിക്കയല്ലേ?
നാകത്തിൻ സൗന്ദര്യം ഭൂമിയെ ചാർത്തുന്ന
നാളികേരത്തിന്റെ നാടേ!

കടലിനെ പ്രണയിച്ചു പാടിപ്പതഞ്ഞുപോം
നദികളാ നാടൻ വധുക്കൾപോലേ!
മാനത്തു പൊൻപിറയെന്നപോലാരെയോ
കാണാനവർ നോമ്പുനോല്ക്കയല്ലേ?
ഏലത്തിൻ തൂമണമേറ്റി വരും കാറ്റേ!
ഏലേലം പാടി നീ പോരൂ!

(ഏതോ പെരുന്തച്ചൻ)

സംഗീതം: വിശ്വജിത്

ആൽബം

മുത്തുകൾ പൊയ്പോയ ചിപ്പികളേ!-പാഴ്-
ചിപ്പികളേ!
ആരെ മാറോടണച്ചമ്മിഞ്ഞപ്പാലൂട്ടി
കോരിത്തരിച്ചു നിങ്ങൾ-ആ
മുത്തുകൾ പൊയ്പോയ ചിപ്പികളേ!-പാഴ്-
ചിപ്പികളേ!
വാഴ്‌വിൻ വഴിയോരത്താരോ ഉപേക്ഷിച്ച
പാഴ്ക്കളിപ്പാട്ടങ്ങളോ?-നിങ്ങൾ
പാഴ്ക്കളിപ്പാട്ടങ്ങളോ?

ഓർമ്മതൻ ചെപ്പിലെ മഞ്ചാടികളെടു-
ത്തോമനിക്കുന്നു നിങ്ങൾ-പണ്ടു
താരാട്ടു പാടിയുറക്കിയതും, പിന്നെ
താഴത്തു പിച്ച നടത്തിയതും,
ചോറും ചൊല്ലും കൊടുത്തു വളർത്തിയി-
ട്ടോരോ പടവും കയറ്റിയതും
ഓർത്തു തേങ്ങും പാവമമ്മേ!-ആരെ
കാത്തു നീയസ്തമിക്കുന്നു?

പോക്കുവെയിലെങ്ങോ പോയ്മറയുന്നതും
നോക്കിയിരിപ്പു നിങ്ങൾ-പോയ
പൊന്നോണനാളുകളോർത്തു, പോയ-
തെന്നേക്കും പൊയ്പോയെന്നോർത്തും!
ഇല്ലാ കാട്ടിലെ കോഴിക്കു സംക്രാന്തി
ഇല്ലം വെടിഞ്ഞോർക്കുമെന്നോ?
നേർത്തൊരു തേങ്ങലായമ്മേ!-ആരെ
ഓർത്തസ്തമിക്കുന്നു നീ?
(മുത്തുകൾ പൊയ്പോയ...)

സംഗീതം: വിശ്വജിത്

ആൽബം

അകലെ ത്രിസന്ധ്യയും മാഞ്ഞു!–അതിൻ
അരുണിമ അലകളിലലിഞ്ഞു!
ഇനിയും തൻ കൂടണയാത്തൊരു പാവമാം
ഇണയെയോർത്തൊരു കിളി തേങ്ങി!–
　തീരത്തെ തെന്നലും തേങ്ങി!

ആരുടെ വേർപാടിൻ വേദനയാൽ സാന്ധ്യ–
താരയും കണ്ണീരണിഞ്ഞുനിന്നു?
വിരഹിതന്നാത്മാവിൻ മുറിവിലെ സിന്ദൂരം
പറയൂ നിൻ നിറുകയിലാരേ ചാർത്തി?
　കണ്ണീരിൽ ചാലിച്ചു ചാർത്തി

തീരത്തടിഞ്ഞൊരു ശംഖിനെ ചുംബിച്ചു
തിരികെപ്പോം തിരയെന്തേ കാതിലോതീ!
വെറുതേയീ സംഗമസുഖനിമിഷം–യാത്ര
പറയാനുമാവാതെ നാം പിരിയും!–
　മൂകമാം വേദനയോടേ!

(അകലെ ത്രിസന്ധ്യയും...)

സംഗീതം: റെജി ജോസഫ്

ആൽബം

പൂകൊണ്ടു പൂമുടി ഭൂമിയെയലംകരിക്കും
പൂക്കാലമിതുവഴി വന്നൂ!
ചമ്പകപ്പൂമ്പട്ടു ഞൊറിഞ്ഞുടുത്തു, ഭൂമി
ചന്ദനസുഗന്ധിയായ് നിന്നൂ!
    നിന്നേപ്പോലെൻ പ്രിയേ!
    നിന്നേപ്പോലെ!

പുള്ളുവവീണയോ പുള്ളിക്കുയിലോ
നല്ലൊരു പൊന്നോണം നേർന്നു പാടീ!
മംഗലംകാവിലമ്മ തന്നു നമുക്കായ്
തെങ്ങിളനീരും തേനടയും!
കൈകോർത്തു നാം വരും വരവു കണ്ടോ
കൈതകൾ പൂക്കുട നിവർത്തീ!

പുള്ളുകൾ പാടിയോ വള്ളിക്കുടിലിൽ?
മുല്ലകൾ തൂവെള്ളിക്കോടി നെയ്തൂ!
കുങ്കുമപ്പൂ വിരിയും നിൻ കവിൾ തൊട്ടു ഞാൻ–
ബന്ധുരേ, ലജ്ജാവിവശയായ് നീ!
നെഞ്ചകം തുടിച്ചുവോ, മലർശരന്റെ
പൊൻതുടി പാടുന്നപോലേ!
(പൂകൊണ്ടു പൂമുടി...)

സംഗീതം: റെജി ജോസഫ്

ആൽബം

പൂവുകൾ, പൂവുകൾ, സൂര്യനെ സ്നേഹിക്കും
ഭൂമിതൻ മോഹാങ്കുരങ്ങൾ!
കാമുകൻ തൻ കരലാളനമേല്ക്കുന്ന
ഭൂമിതൻ രോമഹർഷങ്ങൾ!
പൂവായ് പിറന്നിരുന്നെങ്കിൽ! ഞാനെന്റെ
സൂര്യനെ തൊഴുതുനിന്നേനെ!
  പൂവുകൾ, പൂവുകൾ സൂര്യനെ സ്നേഹിക്കും
  ഭൂമിതൻ മോഹാങ്കുരങ്ങൾ!

"സ്നേഹിപ്പൂ നിന്നെ ഞാ"നെന്നൊരാത്മാവിന്റെ
മൗനമൊഴിതൻ മധുകണങ്ങൾ
മാറിൽ തുടിക്കുന്ന മന്ദാരപ്പൂക്കളേ!
ആരുടെ കൺമണികൾ!-നിങ്ങ-
ളാരുടെ കൺമണികൾ!

ആർദ്രയാം ഭൂമി തന്നാത്മാവിലിന്നുമൊ-
രായിരം പാരിജാതങ്ങൾ പൂത്തു.
ആ നറുപുഷ്പങ്ങൾ കാഴ്ചവയ്ക്കും സ്നേഹ-
മാനസമാരു കണ്ടൂ-സ്നേഹ-
മാനസമാരു കണ്ടൂ!

(പൂവുകൾ, പൂവുകൾ...)

സംഗീതം: എം. കെ. അർജ്ജുനൻ

ആൽബം

ചൊല്ലൂ നിശാഗന്ധി! നീ വെളിച്ചത്തിന്റെ
സ്വർല്ലോകദൂതികയല്ലേ?
എന്തേ നിന്നാത്മാവിൻ തീക്ഷ്ണമാം സൗരഭം
എങ്ങും വിതറി നീ പോകയല്ലേ?
(ചൊല്ലൂ നിശാന്ധി...)

സ്വർഗ്ഗം തിരികെ വിളിക്കയാണോ? എന്നെ
ദുഃഖത്തിലാഴ്ത്തി നീ പോകയാണോ?
നീട്ടിയ കൈയുമായ് നില്ക്കുമെൻ നേർക്കൊരു
നോട്ടമെറിഞ്ഞു നീ പോകയാണോ?
യാത്ര പറയാതെ–ഒരു
വാക്കും പറയാതെ?
(ചൊല്ലൂ നിശാഗന്ധി...)

നൃത്തം പൊടുന്നനെ നിർത്തുകയോ? കഴൽ
തെറ്റി നീ കൈകൂപ്പി വീഴുകയോ?
രാവിന്റെ റാണി നീ പോകയാണോ, ഞാൻ
ഈ വിരഹാഗ്നിയിൽ നീറിനില്ക്കേ!
നാളെയും നീ വരില്ലേ–എന്റെ
ജാലകച്ഛായ തേടി?
(ചൊല്ലൂ നിശാഗന്ധി...)

സംഗീതം: എം. കെ. അർജ്ജുനൻ

ആൽബം

സിന്ദൂരപുഷ്പങ്ങളെല്ലാമിറുത്തിന്നു
സന്ധ്യ പോകും നടക്കാവിലൂടെ,
ശ്യാമമനോഹരീ, യാമിനീ, പോരൂ, നിൻ
പ്രേമസംഗീതവുമായ്–നിൻ
പ്രേമാർദ്രഗീതവുമായി!

കാതരേ! നിന്റെ മൺവീണയിലീ പ്രണ–
യാതുരമാം രാഗമാർക്കുവേണ്ടി?
കാത്തിരിപ്പിന്റെയനന്തമാം വീഥിയിൽ
കാതോർത്തു നിൽക്കുന്നതാർക്കുവേണ്ടി?
ആർക്കുവേണ്ടി, സഖീ!
ആർക്കുവേണ്ടി

കാലമേ! നിൻ വഴിത്താരയിൽ പിന്നെയും
ശാലീനയാം നിശാഗന്ധി പൂത്തു!
കൈക്കൊൾകതിന്നാത്മസൗരഭം അന്ത്യമായ്
വീർപ്പിട്ടു ഞെട്ടറ്റു വീഴുംമുമ്പേ!
വീഴുംമുമ്പേ–മണ്ണിൽ
വീഴുംമുമ്പേ.

(സിന്ദൂരപുഷ്പങ്ങൾ...)

സംഗീതം: എം. കെ. അർജ്ജുനൻ

ആൽബം

മന്ദാരത്തോപ്പിൽ നിൻ
 കൊച്ചുകുടുംബത്തിൽ
എന്തേ കലഹമെൻ തത്തമ്മേ!
കൂട്ടിലെ കുഞ്ഞ് കരഞ്ഞതെന്തേ?-നിന്റെ
കൂട്ടുകാരന്നും പിണക്കമെന്തേ?
പൊന്നാര്യൻ കൊയ്യാൻ
 പോകും നേരത്ത്
കുഞ്ഞിനെ നോക്കുന്നതാരെന്നോ?
(മന്ദാരത്തോപ്പിൽ...)

മുത്തശ്ശിയമ്മയെ-
 പ്പോലെ നീയും തളിർ-
വെറ്റില തിന്നാറുണ്ടോ?-തളിർ
വെറ്റില തിന്നാറുണ്ടോ?
കൊഞ്ചുംമൊഴി, നിന്റെ ചെഞ്ചുണ്ടിനിത്രയും
ചന്തം വരാനെന്തേ?
കതിരോലപ്പച്ചതന്നഴകോലും കുപ്പായം
വയലമ്മ തന്നതാണോ?
(മന്ദാരത്തോപ്പിൽ...)

തച്ചോളിത്തൊടിയിലും
 പുത്തൂരം വീട്ടിലും
തത്തിക്കളിച്ചവളേ!-മുളം
തത്തക്കിളിമകളേ!
തുഞ്ചന്റെ കാഞ്ഞിരച്ചില്ലയ്ക്കു പാട്ടിന്റെ
പഞ്ചാര നീ പകർന്നു.
കണികാണാൻ വച്ച പൊന്നുരുളിയിൽനിന്നൊരു
കദളിപ്പഴം തരാം ഞാൻ.
(മന്ദാരത്തോപ്പിൽ...)

സംഗീതം: എം. കെ. അർജ്ജുനൻ

ആൽബം

ഇത്തിരിപ്പൂവിനെ ചിത്തിരത്തുമ്പിയ്ക്കെ-
ന്തിഷ്ടമാണിഷ്ടമാണെന്നോ!
തൃച്ചംബരത്തു ഭജനയ്ക്കു പോയവൾ
എത്തുവാനെന്തിത്ര വൈകീ?-തിരി-
ച്ചെത്തുവാനെന്തിത്ര വൈകീ?

കാണാതിരുന്ന നാൾ പാവമാപ്പൂത്തുമ്പി
പാടാൻ മറന്നിരുന്നൂ!
ആതിരക്കാറ്റ് വന്നിക്കിളിക്കൂട്ടീട്ടും
ആടാൻ മറന്നിരുന്നൂ!
ഇത്തിരിപ്പൂവിനെമാത്രം-എന്നും
ഓർത്തു വിഷാദിച്ചിരുന്നു!
(ഇത്തിരിപ്പൂവിനെ...)

കാട്ടിലെപ്പൂങ്കുയിൽ പാടുമ്പോൾ തംബുരു
മീട്ടാൻ മറന്നിരുന്നൂ!
പൊന്നോല കണ്ടിട്ടും പൂക്കുല കണ്ടിട്ടും
തുള്ളാൻ മറന്നിരുന്നൂ!
ഇത്തിരിപ്പൂവിനെ കണ്ടോ?-എന്നു
കാറ്റിനോടാരാഞ്ഞിരുന്നു!
(ഇത്തിരിപ്പൂവിനെ...)

സംഗീതം: എം. കെ. അർജ്ജുനൻ

ആൽബം

ഇന്നും വിഷുപ്പക്ഷി പാടുമ്പോൾ–കണി–
ക്കൊന്നകൾ പൊന്നാട നെയ്യുമ്പോൾ,
എങ്ങു നീയെന്നോർത്തു കേഴുകയാണെന്റെ
നെഞ്ചിലെപ്പാവം വിഷുപ്പക്ഷി!
പാവം–പാവം–വിഷുപ്പക്ഷി

കണിവയ്ക്കാനിത്തിരിപ്പൂവു ചോദിച്ചെന്റെ
അരികിൽ നീ വന്നുനിന്നു
മുൻവരിപ്പല്ലില്ലാച്ചന്തമെഴും നിന്റെ
പുഞ്ചിരിയെങ്ങനെ ഞാൻ മറക്കും?
(ഇന്നും വിഷുപ്പക്ഷി...)

കുറിയൊരു മഞ്ഞപ്പാവാടയോലും പൊന്നും
കുടമേ! നീയൊന്നു ചൊല്ലൂ!
കൊന്നപ്പൂവല്ലയോ! നിൻമേനി!–മറ്റൊരു
കൊന്നപ്പൂ വേണോ, കണിയൊരുക്കാൻ
(ഇന്നും വിഷുപ്പക്ഷി...)

പലകുറി വീണ്ടുമെന്നോർമ്മതൻ ജാലക–
പ്പടിയിൽ രാക്കിളി പാടീ!
വന്നില്ലൊരുകുലപ്പൂവു ചോദിച്ചു നീ
പിന്നൊരു നാളും!–നീയെങ്ങു പോയി?
(ഇന്നും വിഷുപ്പക്ഷി...)

സംഗീതം: എം. കെ. അർജ്ജുനൻ

ആൽബം

ഓർമ്മതൻ പാൽക്കടലോരത്ത്
നാമിന്നുമോടിക്കളിക്കുന്നു!
ഈ മണൽത്തീരത്ത് നമ്മുടെ പേരുകൾ
ഓമനേ! നാമിന്നെഴുതുന്നു!
ഓരോ തിര വന്നു പോകുന്നു നമ്മുടെ
പേരുകൾ മായ്ക്കാതെ!–
നമ്മൾ ചിരിക്കുന്നൂ–കൈകൊട്ടി
നമ്മൾ ചിരിക്കുന്നു!

(ഓർമ്മതൻ പാൽക്കടലോരത്ത്
നാമിന്നുമോടിക്കളിക്കുന്നു!)

ഞാനറിയാതെങ്ങു പോയീ നീ–എന്റെ
വീണയിൽ നിന്നേതോ രാഗംപോൽ!
നമ്മുടെ സ്നേഹത്തിൻ
സാക്ഷിയാമീക്കടൽ
കൺനിറയെക്കണ്ടു നില്പു ഞാൻ!
അന്തിയെരിഞ്ഞടങ്ങുന്നു ദൂരെ– ഒരു
ചന്ദനച്ചിതപോലെ!

(ഓർമ്മതൻ പാൽക്കടലോരത്ത്
നാമിന്നുമോടിക്കളിക്കുന്നു!)

മറ്റേതു തീരത്തോ നില്പൂ നീ–ഇന്നാ
നഷ്ടസൗഭാഗ്യങ്ങളോർക്കുമ്പോൾ,
വെൺമണൽത്തിട്ടയിൽ നമ്മുടെ പേരുകൾ
ഇന്നുമെഴുതാൻ കൊതിക്കയാവാം!
പൊട്ടിത്തകർത്ത കിനാവുകളോ–വള–
പ്പൊട്ടുകൾ മാത്രമായീ!

(ഓർമ്മതൻ പാൽക്കടലോരത്ത്
നാമിന്നുമോടിക്കളിക്കുന്നു!)

സംഗീതം: എം. കെ. അർജ്ജുനൻ

ആൽബം

പൂവുള്ള മേട്ടിലെ തേൻകുരുവീ!-മലർ-
ക്കാവിന്റെ വാത്സല്യത്തേനരുവീ!
നീയെന്റെ മാതളത്തൈപെറ്റൊരുണ്ണിക്ക്
നാവോറ് പാടാൻ വാ!
നാവോറ് പാടാൻ വാ വാ വാ!

മാന്തളിർത്തുഞ്ചത്തു ചാഞ്ചാടും
മാർകഴിത്തെന്നലിൻ കൂടേ വാ!
ആടകൾ തീരത്തഴിച്ചുവച്ച്
ആ വഴിയോരത്തെപ്പാൽപ്പുഴയിൽ
ആളിമാരോടൊത്തു നീന്തിത്തുടിക്കും പൊ-
ന്നാമ്പൽപ്പൂങ്കന്യയെ തൊട്ടേ വാ!

ജാലകവാതിൽ തുറന്നുവയ്ക്കാം!
ചാരത്തു കാതോർത്തു ഞാനിരിക്കാം!
ആനന്ദഹേമന്തയാമിനിതൻ
വീണതൻ തന്തികൾ മെല്ലെ മീട്ടാം!
ഈണങ്ങളിൽ നൂറുവർണ്ണങ്ങൾ പൂവിടും
ഈ വഴി നീയെൻ കിനാവായ് വാ!
(പൂവുള്ള മേട്ടിലെ...)

സംഗീതം: എം. കെ. അർജ്ജുനൻ

ലളിതഗാനം

അങ്ഗനമാർനടുവിൽ മംഗളാകാരനാം നീ
ശൃങ്ഗാരശ്രീതിലകമായി,
സാരസനയനമാർ ഗോപികമാരുമായി
സാരസ്യരാസകേളിയാടീ!

മാകന്ദശാഖി ചേർന്ന മാലതീലതപോലെ
മാധവ! നിൻ തനുവിൽ പടർന്നതാരോ!
സാനന്ദനടനത്തിൽ പാണികൾ കോർത്തു നില്ക്കെ,
സായൂജ്യലഹരിയിലലിഞ്ഞതാരോ!
(അങ്ഗനമാർനടുവിൽ...)

ചെല്ലച്ചേവടി ചേർന്ന തങ്കച്ചിലമ്പുമണി
ലല്ലലം ലല്ലലലം പാടീ!
നീയാകും നീലിമയിൽ പാലൊളിനിലാവായി
ആയർകുലാങ്ഗനമാരാടീ!

കുമ്മി:
ഗോപകുമാര! കാർവർണ്ണാ! വിഭോ!
ഗോപവിലാസിനിമാരുമായി
നർത്തനമാടി-നറുനിലാ-
പ്പാലിലാറാടി-ഓടക്കുഴൽ
പാടി, കുളിരോളങ്ങളിലാടി വരൂ!-മദ-
രാജിതലീലകളാടി വരൂ!
(അങ്ഗനമാർനടുവിൽ...)

ലളിതഗാനം

അജപാലബാലികേ! നിന്നെയും തേടി ഞാൻ
അടവികൾ തോറുമലഞ്ഞിരുന്നു!
പലപല ജന്മത്തിൻ പവിഴത്തുരുത്തുകൾ
പകലുകൾ, രാത്രികൾ ഞാനലഞ്ഞു!

ഇനി വരും ജന്മത്തിലെങ്കിലും നീ വാഴും
വനതരുച്ഛായയിലെത്തിയെങ്കിൽ!
അരിയ നിൻ മുന്തിരിത്തോപ്പിന്റെ സൽക്കാരം
നുകരാനെനിക്കു കഴിഞ്ഞുവെങ്കിൽ!
(അജപാലബാലികേ...)

ഒരു മരുഭൂമിയിൽ തീക്ഷ്ണസുഗന്ധിയായ്
വിരിയുന്ന പൂവിന്റെ വേദനയിൽ,
മൃദുലാങ്ഗുലികളാൽ തഴുകുന്ന കാറ്റിന്റെ
കുളിരുപോൽ നീയടുത്തെത്തിയെങ്കിൽ!
(അജപാലബാലികേ...)

ലളിതഗാനം

ആഷാഢത്തിലെ ആദ്യദിനത്തിലെ
ആശാനീലിമയിൽ
കാമരൂപൻ നീ വന്നു-എൻ
കദനകഥകളിൽ ഹൃദയമലിയുമൊരു
ശ്യാമസുന്ദരൻ നീ വന്നു!
നീയും കാമുകനല്ലേ?-മിന്നൽ-
ക്കൊടി നിൻ പ്രണയിനിയല്ലേ?
നീയറിയുന്നോ മറ്റൊരു തിരിയിൽ
എരിയും വിരഹവിഷാദം!
(ആഷാഢത്തിലെ...)

ദേവഗായകർ പാടും വിണ്ണിൻ
പടവുകൾ കയറിയിറങ്ങി
കേവലനാമെൻ ഗദ്ഗദഗീതം
കേൾക്കാനെന്തേ വന്നു?
(ആഷാഢത്തിലെ...)

ഗ്രാമവധുക്കൾ നീട്ടും സ്നേഹ-
കടാക്ഷമാലകൾ ചൂടി
പോവുക നീയെൻ പ്രിയയുടെ മേടയിൽ
ആവണിമുകിലായ്പ്പാടാൻ!
(ആഷാഢത്തിലെ...)

ലളിതഗാനം

ഇന്നലെ ഞാനൊരു വിരുന്നുപോയല്ലോ!–
മേലേ വീട്ടിലെ
അമ്പിളിപ്പെണ്ണെന്നെ വിളിച്ചല്ലോ!

കവിളിൽ നല്ലോരോമനമറുകുണ്ട്– നല്ല ചേലില്
തലയില് തങ്കത്തട്ടവുമുണ്ട്!–തുള്ളിത്തുള്ളി
അരയില് വെള്ളിയരഞ്ഞാണൊണ്ട്!–പെണ്ണിനെന്തൊ–
രഴകാണവളൊരു ഹൂറിപോലുണ്ട്!
(ഇന്നലെ ഞാനൊരു...)

അരികിലിരുന്നൊരു കളിവാക്കോതീലാ!–കിള്ളിക്കിള്ളി
കിളുന്നു ചുണ്ടിൽ പൂവിരിയിച്ചില്ലാ!–പെട്ടെന്നേതോ
ചന്ദനമെതിയടിനാദം കേട്ടല്ലോ!–മുന്നിൽനിന്നാ
സുന്ദരിയോടി മറഞ്ഞുകളഞ്ഞല്ലോ!
(ഇന്നലെ ഞാനൊരു...)

ലളിതഗാനം

ഇല്ലിമുളംകാട്ടിലുണരും കുസൃതിപ്പൂവേ-നിന്റെ
തിരുവികൃതിപ്പൂഞ്ചൊടിയിൽ
അരിതിരിയോ പൂത്തിരിയോ?

മഞ്ഞവെയിൽ നഖമുനയാലേ
കുഞ്ഞിക്കവിൾ നുള്ളീലേ?
കൊഞ്ഞനംകാട്ടി നിന്നില്ലേ?-ചൊല്ലൂ, ചൊല്ലൂ
നിന്നുള്ളിലാരും കാണാമുറിവുകളില്ലേ?
(ഇല്ലിമുളംകാട്ടിൽ...)

നിന്നിലെഴും മുറിവുകളാരോ
പൊൻവിരലാൽ തഴുകീലേ?
ആകാശം പൂത്തിറങ്ങീലേ?-നിന്റെ നെഞ്ചിൽ
ആലോലം ആരും കാണാക്കിളി പാടീലേ?
(ഇല്ലിമുളംകാട്ടിൽ...)

സ്വർണ്ണമലർച്ചിറകുകൾ വീശി
വിണ്ണിലെ മാലാഖകളോ
നിൻ ചുറ്റും നൃത്തമാടീലേ?-തുമ്പിതുള്ളി
നിൻ കരളിൽ ആരോ പാടും കുളിരുകളില്ലേ?
(ഇല്ലിമുളംകാട്ടിൽ...)

ലളിതഗാനം

എന്റെ ഗാനമേ! നീയെന്തിനെന്നെ
പിൻതുടരുന്നു വീണ്ടുമനാഥമായ്?
നിന്നെയെന്നേ വിമുക്തനാക്കീ ഞാൻ
എന്റെ നെഞ്ചിൻ മുളംകൂട്ടിൽനിന്നും!

എന്റെ സ്വപ്നത്തിൻ വർണ്ണജാലങ്ങൾ
നിന്റെ തൂവലിലാകെപ്പടർന്നു!
എന്റെ താപവും ദാഹവും നിന്റെ
നെഞ്ചിലേറ്റിപ്പറന്നുപോയീ നീ!
(എന്റെ ഗാനമേ...)

മോളിൽ വേനലിൽ സൂര്യപ്രതാപം!
താഴെയീ മണലാഴിതൻ കോപം!
തൂവിയർപ്പിൽ കുതിരുമെൻ നെറ്റിയിൽ
തൂവൽ വീശി കുളിരു പകർന്നു നീ!
(എന്റെ ഗാനമേ...)

ലളിതഗാനം

ഒന്നു പാടുകെന്നോതി പിന്നെയും
വന്നുവോ ചൈത്രപൂരുഷൻ?
വർണ്ണപുഷ്പപരാഗധൂളിയി-
ലെന്നെ മൂടുവാൻ വന്നുവോ?
(ഒന്നു പാടുകെന്നോതി...)

എന്റെയുദ്യാനദേവിതൻ നഷ്ട-
മഞ്ജുസുസ്മിതമാകവേ
വീണ്ടെടുത്തവൻ കാഴ്ചവച്ചുവോ
ചെണ്ടുകൾ, മലർച്ചെണ്ടുകൾ?
(ഒന്നു പാടുകെന്നോതി...)

പുഷ്പദീപമെടുക്കുവാൻ തളിർ-
പ്പട്ടുടുക്കുന്നു ശാഖികൾ!
മുത്തു കോർക്കുന്നു മുല്ലകൾ-എന്റെ
പൂത്തളിക നിറയ്ക്കുവാൻ!
(ഒന്നു പാടുകെന്നോതി...)

ഏതു തേരിലോ വന്നു നീ, ഇരുൾ-
ത്തോടുടഞ്ഞുഷഃപ്പക്ഷിപോൽ
നിൻ വരവെനിക്കുത്സവം!-സ്വര-
സുന്ദരമിന്നീയങ്കണം!
(ഒന്നു പാടുകെന്നോതി...)

ലളിതഗാനം

ഒരുപിടി വാസനപ്പൂക്കളുമായെന്റെ
അരികിൽ നീയെത്തുന്നു!
ഒരു കുറികൂടി നിൻ സ്നേഹത്തിനെന്തൊരു
പരിമളമെന്നറിയുന്നു!
(ഒരുപിടി വാസന...)

ഇണ വേർപിരിയുവാനരുതാത്ത നിഴലുമീ
നിറനിലാവുംപോലേ!
ഇവിടെ നാം പിന്നെയും സമയതീരങ്ങളിൽ
ഇരുതിരയാവുന്നു!
(ഒരുപിടി വാസന...)

ഇനിയുമൊരു കഥ പറയാൻ വിതുമ്പുമീ
കുളിരിളംകാറ്റുപോലേ
ഇവിടെ നീയെത്തുന്നു ഹൃദയതന്തുക്കളിൽ
തഴുകാനണയുന്നു!
(ഒരുപിടി വാസന...)

ലളിതഗാനം

ഓടുന്നുണ്ടോടുന്നുണ്ടോടുന്നുണ്ടേ
ഓണാടൻ തോണിയെൻ കൊച്ചുതോണി!
തോളോടുതോളു ചേർന്നോമലാളേ!
തോണിപ്പടിയിലടുത്തിരിക്കൂ!

ഓമലാളാകെത്തുടുത്തതെന്തേ?
ഓണവെയ്‌ലല്ലേ വന്നുമ്മവച്ചു?
നാണിച്ചുപോയോ?–നിൻ പൂമിഴിയോ, കരി–
മീനോ തെളിഞ്ഞതീ നീരൊഴുക്കിൽ?
(ഓടുന്നുണ്ടോടുന്നുണ്ടോടുന്നുണ്ടേ...)

നാടോടിപ്പാട്ടിലെ ദേവത നീ–നിന്റെ
നാണിച്ചിരിപ്പിനുമെന്തു ചന്തം!
കാതിലോരോന്നു പറയാൻ മോഹം!–നിന്നെ
കാണുമ്പോൾ, കാണുമ്പോൾ, ഏറെ മോഹം!
(ഓടുന്നുണ്ടോടുന്നുണ്ടോടുന്നുണ്ടേ...)

ചന്തങ്ങളെല്ലാം നിരന്നിരിക്കും
ചന്തയിൽനിന്നെന്തു വാങ്ങേണം?
കുങ്കുമം വേണോ? വളകൾ വേണോ? – ചൊല്ലൂ
പെൺകിടാവേ നിനക്കെന്തു വേണം?
(ഓടുന്നുണ്ടോടുന്നുണ്ടോടുന്നുണ്ടേ...)

കവിളിൽ നിനക്കില്ലേ കുങ്കുമപ്പൂ?–നിന്റെ
ചിരിയിൽ വളകൾ കിലുങ്ങിയില്ലേ?
പൊന്നുംകുടത്തിനു പൊട്ടു വേണ്ടെന്നെന്റെ
പൊന്നും കുടത്തിനറിഞ്ഞുകൂടേ?
(ഓടുന്നുണ്ടോടുന്നുണ്ടോടുന്നുണ്ടേ...)

ലളിതഗാനം

കടലിൻ ഹൃദയം തുടികൊട്ടുന്നു
കരയെപ്പുണരുമ്പോൾ!

അനഘാനുരാഗത്തിൻ മുത്തും പവിഴവും
അവളുടെ ഹൃദയം പേറുന്നു!
അറിയാതറിയാതൊരു രാഗമന്ത്രം
അവളുടെ ചൊടികളിലുണരുന്നു!
(കടലിൻ ഹൃദയം...)

മുകളിലെ പൂർണ്ണേന്ദുബിംബം കരം നീട്ടി
അവളുടെ മുഖമൊന്നുയർത്തുന്നു!
അലയായ്, അലയായ് അനുഭൂതികളുടെ
അമൃതമാ ഹൃദയത്തിലുണരുന്നു!
(കടലിൻ ഹൃദയം...)

ലളിതഗാനം

കണ്ണനൊന്നു ചാരിനിന്നേ!
കടമ്പിന്നു തളിരു വന്നേ!
കള്ളനവൻ ചിരിച്ചുനിന്നേ!
കരളാകെ കുളിരുന്നേ!

നീരാടാൻ വന്ന പെണ്ണേ!
നീയിങ്ങനെ നിന്നാലോ?
നീലമണിച്ചേലയിടാൻ
നീ കണ്ടൊരു പൂങ്കൊമ്പ്!

ആറ്റിന്റെ തീരത്തെങ്ങോ
പൂത്ത മരക്കൊമ്പു ചാരി
കാട്ടുമുള പാടുന്നേ!
കാത്തിരിപ്പതെന്തിന്നോ?
തിന്തിന്നോ തിനു തിന്നോ!
തിന്തിനിനോ തിനു തിന്നോ!
(കണ്ണനൊന്നു ചാരിനിന്നേ...)

ആരാരോ നീന്തിവന്നു
അരയന്നക്കിളിപോലെ!
താമരമണിമൊട്ടുകളോ
താളത്തിൽ തുള്ളുന്നു!

ആരാരോ കൺമുനയാൽ
ആ മൊട്ടുകൾ നുള്ളുന്നു!
ചെല്ലമുളംതണ്ടൂതി
നിൻ പേര് വിളിക്കുന്നു!
തിന്തിന്നോ തിനുതിന്നോ
തിന്തിനുതിനു തിനുതിന്നോ!
(കണ്ണനൊന്നു ചാരിനിന്നേ...)

ലളിതഗാനം

കാതരനേത്രങ്ങളിൽ
രാധികയ്ക്കെന്നുമേതോ
കാത്തിരിപ്പിന്റെ വിഷാദം!
അല്ലെങ്കിൽ ജന്മമേതും
ആരെയോ കാത്തുകാത്തു
വല്ലകിയിൽ ശ്രുതിചേർക്കലല്ലീ?

ഓളങ്ങളുലയ്ക്കും നിൻ ഓടത്തിലിരുന്നു നീ
ഓരോരോ നിനവിന്റെ ദളങ്ങളെണ്ണി
'വരുമവൻ'–'വരില്ലവൻ' ഒന്നിടവിട്ടിതൾതൊട്ടു
പറയുമ്പോൾ ഒടുവിലെ ദലമെന്തോതി?
(കാതരനേത്രങ്ങളിൽ...)

കാതോർത്താ മൊഴിയിൽ നീയോരാത്ത പൊരുളോലും
ഏതോ കടംകഥകൾ പറഞ്ഞതാരോ?
മുകുളിതകരപുടം മുന്നിലിതാ നീട്ടിനില്പു
മുഖപടം തെല്ലു നീക്കി നിന്റെ മോഹങ്ങൾ!
(കാതരനേത്രങ്ങളിൽ...)

ലളിതഗാനം

കാറ്റും കിളിയും പാടീ!
കാട്ടുചെമ്പകം പൂചൂടീ!
കദനകുതൂഹലരാഗം പാടി
കല്ലോലിനിയൊഴുകീ–വന–
കല്ലോലിനിയൊഴുകീ!

കടമ്പ് പൂമഴ പെയ്തു!–കാണാ–
ക്കരിമ്പുവില്ലുകൾ പൂവമ്പെയ്തൂ!
കടവിൽ, വെണ്ണക്കൽപ്പടവിൽ ഞാൻ
കാത്തിരിക്കുകയല്ലോ!–നിന്നെ
കാത്തിരിക്കുകയല്ലോ!

(കാറ്റും കിളിയും പാടീ...)

കൊതുമ്പുതോണിയടുക്കെ–കാണാൻ
കൊതിച്ച നിൻ മുഖം അരികെ കണ്ടൂ!
ഒരു ജലദീപം കണ്ടൂ!–പിന്നെയൊ–
രോടക്കുഴൽവിളി കേട്ടൂ!

(കാറ്റും കിളിയും പാടീ...)

ലളിതഗാനം

നാലുമണിപ്പൂവേ! നാലുമണിപ്പൂവേ!
നാടുണർന്നു!-മലർക്കാടുണർന്നു!
നാലുമണിപ്പൂവേ! നീയുണരില്ലേ?

നീലവാനമേഴുനിലപ്പന്തലിട്ടു!
താലികെട്ടാൻ മണവാളൻ പുറപ്പെട്ടു!
നിൻ മിഴികൾ തുറന്നില്ലാ-
നീയൊരുങ്ങിച്ചമഞ്ഞില്ലാ-
നീ മാത്രം, നീ മാത്രം ഉണർന്നില്ലാ!
(നാലുമണിപ്പൂവേ...)

നീ പകൽക്കിനാവു കാൺമതാരെയാണ്?
നീ തപസ്സുചെയ്‌വതാരെ, യാരെയാണ്?
നീ പിണങ്ങിനില്ക്കയാണോ?
നാണമാർന്നു നില്ക്കയാണോ?
നീയാരും മീട്ടാത്ത വീണയാണോ?
(നാലുമണിപ്പൂവേ...)

ലളിതഗാനം

നീയൊരു പഞ്ജരശാരികയായ്!
നീയതിൻ നിശ്ശബ്ദവേദനയായ്!
ഇല്ലാ നിനക്കൊരു നീലവാനം!
ഇല്ലാ, നിനക്കൊരു ചൈത്രകാലം!

നിന്റെയുദ്യാനതരുലതകൾ
നിന്നെയോർത്തെന്തിനോ കേണിടുന്നു!
സ്നിഗ്ദ്ധഹരിതനിറം വെടിഞ്ഞു!
പത്രപുടങ്ങൾ കരിഞ്ഞടർന്നു!
(നീയൊരു പഞ്ജര...)

വേനൽ തൊടുത്ത ശരങ്ങളെല്ലാം
വേദനയോടെയിന്നേറ്റുവാങ്ങും
നഗ്നതരുക്കൾ തളിർക്കുകില്ലേ?
തപ്തഹൃദയം കുളുർക്കുകില്ലേ?
(നീയൊരു പഞ്ജര...)

ലളിതഗാനം

പണ്ടുപണ്ടൊരു ദേശത്തു പൂവിട്ട
മന്ദാരമിപ്പൊഴും പൂക്കുന്നു!-അതിൻ
കൊമ്പത്തിണക്കിളി പാടുന്നു!
അഞ്ജനച്ഛായയിലാടുമേയ്ക്കുന്നൊരാൾ
ഇന്നുമോടക്കുഴലൂതുന്നു!-ഒരു
പെൺകൊടി കാതോർത്തിരിക്കുന്നു!

പണ്ടേക്കും പണ്ടത്തെ-പൊന്നാതിരയണയുന്നു!
കിളിവാലൻ വെറ്റിലയിൽ-നൂറു തേച്ചു തെറുക്കുന്നു!
പാതിത്തിരുമെയ്യാളോടൊ-
ത്തൂഞ്ഞാലാടുവതാരോ!-ഇന്നും
ഊഞ്ഞാലാടുവതാരോ!

(പണ്ടുപണ്ടൊരു ദേശത്ത്...)

ഏലേലം വാഴ്വിന്റെ-വയലേലകൾ പാടുന്നു!
കതിർ കൊയ്ത് പാടുന്നത് - പെണ്ണാളോ, കിളിമകളോ?
പൂക്കൈതപ്പോള വിടർത്തും
കാറ്റു പാടുവതെന്തേ?-ഇന്നും
കാറ്റു പാടുവതെന്തേ?

(പണ്ടുപണ്ടൊരു ദേശത്ത്...)

ലളിതഗാനം

പദേ പദേ ശ്രീപദ്മദളങ്ങൾ
പരാഗമുതിരുകയായീ!
മണിനഖമഞ്ജുമരീചികൾ കണ്ടെൻ
ചകോരമുണരുകയായീ!–മാനസ–
ചകോരമുണരുകയായീ!

അഞ്ജലിമുദ്രാമുകുളിതമാം നിൻ
അങ്ഗുലി കവിത വിടർത്തുമ്പോൾ.
എൻ മാറിടമാം മൺകൂട്ടിൽ പൊൻ–
പ്രാവുകൾ കുറുകയായീ!
സുധാമയീ! നീയാടൂ!–നൂറു
സുവർണ്ണസന്ധ്യകൾപോലേ!
(പദേ പദേ...)

ചഞ്ചൽപൂമ്പട്ടുടയാടയുടെ
ചാരുത ചന്ദ്രികയായൊഴുകീ!
മാറിലെ മുത്തണിമാലകളുലയും
മാധുരി വെൺനുരയായീ!
പ്രഭാമയീ! നീയാടൂ–നൂറു
പ്രദോഷസന്ധ്യകൾപോലേ!
(പദേ പദേ...)

ലളിതഗാനം

വയണ പൂത്ത മണമൊഴുകും
വഴിയിലൂടെ–എന്റെ
പവിഴമുന്തിരിത്തോപ്പു കാണാൻ
പോരു വേഗം!–നീ
പോരു വേഗം!

തൂവൽ കുടഞ്ഞുണരുമരിപ്രാവുകൾ–നിന്റെ
തൂമിഴികളിൽനിന്നിതാ പറന്നുപോയ്!
പാട്ടുകൾതൻ പാട്ടിലുള്ള സൗരഭം–പൂ-
പ്പാത്രങ്ങളിൽ നീട്ടുന്നു പുലരികൾ!
പുലരികൾ!–സന്ധ്യകൾ!
പുലരികൾ!–സന്ധ്യകൾ!
(വയണ പൂത്ത...)

പൂവുകളിൽ പൊന്നിളവെയിലാടിയോ?–ദേവ-
ദൂതികൾതൻ നൂപുരങ്ങൾ പാടിയോ?
കാവുകളിൽ ചന്ദനം പു ചൂടിയോ?–പൂ-
ങ്കാറ്റിനോടു കളിപറയും പകലുകൾ!
പകലുകൾ!–രാവുകൾ!
പകലുകൾ!–രാവുകൾ!
(വയണ പൂത്ത...)

ലളിതഗാനം

യമുനേ, യമുനേ ഉണരൂ!–നീ ഉണരൂ!
യദുകുലനായകഹൃദയേശ്വരിയാം
യമുനേ! ഉണരൂ!

തളയും വളയും പാടി,
തരംഗലീലകളാടി,
താമരമലരുകൾ മുടിയിൽ ചൂടി
ഉണരൂ, തുയിലുണരൂ!
(യമുനേ, യമുനേ...)

അമൃതവർഷിണിയായി,
അത്ഭുതരൂപിണിയായി,
അനങ്ഗഹൃദയപ്രിയസഖിയായി
ഉണരൂ, തുയിലുണരൂ!
(യമുനേ, യമുനേ...)

മുരളീധരനെത്തേടി
മുകുളിതപാണികളോടേ
ഉഴറും മറ്റൊരു രാധികയാം നീ
ഉണരൂ തുയിലുണരൂ!
(യമുനേ, യമുനേ...)

ലളിതഗാനം

വസന്തബന്ധുരവനഹൃദയം പൂ-
ങ്കുയിലായ് പാടുന്നു!
ത്രിസന്ധ്യയെ ദിനകരനണിയിപ്പൂ
ഹൃദന്തസിന്ദൂരം!
വിരിയുകയായീ സമയശാഖിയിൽ
ഒരുപിടി സുരഭിലനിമിഷങ്ങൾ!

ആരോ പാടിയ കദനകുതൂഹല-
രാഗമുറഞ്ഞതുപോലെ
ദൂരേ വാകമരങ്ങളിലരുണിമ
പൂത്തിറങ്ങുന്നൂ!
ഋതുമംഗലമായ്, വിടരുകയായീ
ഒരുപിടി സുവർണ്ണനിമിഷങ്ങൾ!
(വസന്തബന്ധുര...)

ജീർണ്ണതമാലദലങ്ങൾ കൊഴിഞ്ഞോ-
രീ വഴി മറയുന്നൂ!
ജീവനിലൊരു ജനനാന്തരസൗഹൃദ-
സൗരഭമുതിരുന്നൂ!
ഋതുശംഖൊലി കേട്ടുണരുകയായീ
മധുകരമൃദുരവമന്ത്രങ്ങൾ!
(വസന്തബന്ധുര...)

ലളിതഗാനം

ശ്രാവണചന്ദ്രികാപുഷ്പം ചൂടിയ
ശ്യാമളഗാത്രിയാം രാത്രി!
നിന്റെ ചുരുൾമുടി ചുംബിച്ച കാറ്റിനും
ഇന്നെന്തൊരുന്മാദം!

നക്ഷത്രരത്നഖചിതമാകും നിന്റെ
അക്ഷയമധുപാത്രം നിറയ്ക്കുന്നൂ!
നിന്റെ മണിയറദീപങ്ങൾ കൺചിമ്മി
എന്നെ വിളിക്കുന്നൂ!
നിറയൂ-നീയെന്നിൽ നിറയൂ!-ഒരു
നിർവൃതിയായ് നിറയൂ!
(ശ്രാവണചന്ദ്രികാപുഷ്പം...)

മഞ്ജീരനാദമധുരമാകും നിന്റെ
മഞ്ജുളപദതാളം ക്ഷണിക്കുന്നൂ!
നിന്റെ കവിളിലെ ചെമ്പനിനീർപ്പൂക്കൾ
എന്നെ വിളിക്കുന്നൂ!
നിറയൂ-നീയെന്നിൽ നിറയൂ!-ഒരു
നിർവൃതിയായ് നിറയൂ!
(ശ്രാവണചന്ദ്രികാപുഷ്പം...)

ലളിതഗാനം

സൗവർണ്ണസൂര്യരഥമണഞ്ഞല്ലോ!
പൂവേ! നീ ഉണരാത്തതെന്തേ?

ചെങ്കതിർക്കൈവിരൽത്തുമ്പിലെ കുങ്കുമം
നിന്റെ നിറുകയിൽ ചാർത്താൻ
അനുരാഗദീപ്തനായ്
അഭിലാഷതപ്തനായ്
അണയുന്നൂ!–നിൻ പ്രിയ–
നണയുന്നൂ!

(സൗവർണ്ണസൂര്യരഥ...)

നെഞ്ചിലെ നൊമ്പരപ്പൈങ്കിളിക്കേകുവാൻ
തങ്കക്കനിയുമായ് വന്നൂ!
അറിയാത്തതെന്തേയെൻ
ഹൃദയത്തുടിപ്പുകൾ?
പറയൂ നീ!–ഒരു വാക്ക്
പറയൂ നീ!

(സൗവർണ്ണസൂര്യരഥ...)

വിഷുപ്പക്ഷിയുടെ പാട്ട് (ദൂരദർശൻ)

ചൊല്ലൂ നീ വിഷുപ്പക്ഷീ!
ചൊല്ലൂ നീയെന്തിനെന്റെ
ചില്ലുവാതിലിൽ ചാരെ ചിലച്ചു-വീണ്ടും
ചെല്ലച്ചെറുമൊഴിയാൽ വിളിച്ചൂ?

സ്വർണ്ണമലർക്കുടങ്ങൾ-ചില്ലകൾ തോറും ചാർത്തി
കൊന്നകൾ കണിവയ്ക്കും മേടമായോ?-മേട-
മാസമായോ?
ദാഹനീർ പകർന്നു നാം-ലാളിച്ച മോഹങ്ങളാം
പാരിജാതങ്ങൾ പൂക്കും കാലമായോ?-പൂ-
ക്കാലമായോ?
(ചൊല്ലൂ നീ...)

ചന്ദനലതാസഖി ചാമരം വീശുകില്ലേ?
ചമ്പകം തളിർമാല ചാർത്തുകില്ലേ?-തളിർ
ചാർത്തുകില്ലേ?
ഭൂമികന്യകയേപ്പോൽ-ഈ മണ്ണിൻ മാറിൽ മായും
കാനനച്ചോല വീണ്ടും പാടുകില്ലേ?-പൂ
ചൂടുകില്ലേ?
(ചൊല്ലൂ നീ...)

സംഗീതം: ബേണി

വിഷുപ്പക്ഷിയുടെ പാട്ട് (ദൂരദർശൻ)

മാരിമുകിലും മന്ദാരമലരും
മായും സ്വപ്നങ്ങളാകവേ,
പൂത്തു തൊടിയിൽ പൂക്കൊന്നയഴകിൽ!
ചൈത്രമേ! വരൂ!–മേലേ
ചൈത്രമേ! വരൂ!

കാർകുയിൽ പാടിയുണർത്തും പൂവുകൾ
കാനനനീലനികുഞ്ജം ചൂടിയോ?
പ്രേമതപസ്വിനി നീയിന്നാരുടെ
ആഗമനോത്സവഗാനം പാടിയോ?

വിണ്ണിൽനിന്നു വന്നിറങ്ങും
സ്വർണ്ണനാഗമാടുംപോൽ
മണ്ണിന്റെ മാറിലാകെ
മേടവെയ്‌ല് പാറുന്നു!
പൊൽക്കിനാവുപോലൊരുങ്ങി നീയും
മിഴികളിലൊരു കണിമലരഴകായ്!

സ്നേഹസരോവരതീരം പൂകുമെൻ
മോഹമലർക്കിളി! പാടാൻ പോരു നീ!
ദേവവിപഞ്ചികൾ പാടും രാഗമെൻ
ജീവനിലൻപൊടു മീട്ടൂ ഗായകാ!

മണ്ണിലേക്ക് പൂത്തിറങ്ങും
പൗർണ്ണമിയായ് പോരൂ നീ!
ഇന്നെന്റെ തേന്മാവി–
ലൂയലാടാൻ പോരൂ നീ!
പൊന്നിലഞ്ഞി പൂവണിഞ്ഞു വീണ്ടും
മലർവിരിയരുമയിൽ നിവരുകയായ്!

സംഗീതം: ബേണി

വിഷുപ്പക്ഷിയുടെ പാട്ട് (ദൂരദർശൻ)

കൊന്നപ്പൂതുപ്പെണ്ണിനെന്തേ-താലി-
പ്പെണ്ണിന്റെമാതിരി നാണം?
കുയിൽ പാടീ-ഓ!
മേടം പുലരുന്നൂ-പൂമേളം!
ആരേ തന്നൂ പുടവേം താലീം?
ആരോമൽപ്പുഞ്ചിരിയുണർന്നു-താനേ...!

തന്നാനം പാടി പൊന്നൂയലാടാൻ
താരിളം തെന്നലും വന്നൂ!
താഴേ തണൽ തേടി
പാടത്തെ മൈനയും വന്നൂ!
മഞ്ഞക്കിളിയെങ്ങുന്നോ
തിരുമധുരവുമായ് വന്നു!
തുയിലുണരുക തുടിതാളമോടേ!

വെൺചാമരങ്ങൾ ചാഞ്ചക്കം വീശി
ചാരുവാം ചൈത്രവും വന്നു
മേലേ-കുളുർരാവിൽ
ചേലിൽ നിലാവല ചിന്നി
പുള്ളിക്കുയിൽ പാടുന്നേ!-
കുറുകുഴലുകൾ മൂളുന്നേ!
പുതുവിഷുവിന് കൈനീട്ടമെന്തേ?

സംഗീതം: ബേണി

ഓണപ്പാട്ടുകൾ (ആകാശവാണി)

ഓടിവരൂ–ഇനി
ഓടിവരൂ–എന്റെ
ഓണക്കിനാവുകളേ!

എന്നും പുലരുന്ന പൊന്നുഷഃസന്ധ്യയ്ക്കി-
ന്നെന്തൊരപൂർവമാം ഭംഗി!
പിന്നെയും വന്നെത്തുമീയോണപ്പൂവിനും
എന്തേ മുമ്പില്ലാത്ത ചന്തം?
(ഓടിവരൂ...)

വീണ്ടും പടികടന്നെത്തുന്ന പുള്ളുവ-
വീണതൻ ഈണങ്ങൾ കേൾക്കെ,
ഏതൊരലൗകികഗന്ധർവ്വസംഗീത-
മാധുരിയിൽ നാമലിഞ്ഞു!
(ഓടിവരൂ...)

ചിങ്ങക്കുയിലുകൾ പാടി, നീലാകാശ-
ച്ചില്ലയിലമ്പിളി പൂത്തു!
ഇന്നത്തെ രാവിനുമീപ്പൂനിലാവിനും
എന്തെന്തൊരോമനച്ചന്തം!
(ഓടിവരൂ...)

ലളിതഗാനം

അക്ഷരതുളസീമണികളിതാ നിൻ
അർച്ചനയ്ക്കായ് ഞാൻ കോർത്തു!
വിറകൊള്ളുന്നു വിരലുകൾ, ഞാനീ
വിനീതവിഭവം നേദിക്കെ!
(അക്ഷരതുളസീമണികൾ...)

പാർഷതിതന്നുടെ പാത്രത്തിൽ തിരു-
ശേഷിപ്പായൊരിലത്തുണ്ടും,
കല്ലും നെല്ലും നിറഞ്ഞൊരവിലും
കരുണാമയ! നീ കൈക്കൊണ്ടു!
ഇതെന്റെയക്ഷരമണികൾ!
എന്റെ കണ്ണീർക്കണികകൾ!
(അക്ഷരതുളസീമണികൾ...)

കരള് കടഞ്ഞൊരു ബാഷ്പകണങ്ങൾ
കറുകത്തുമ്പുകൾ നേദിപ്പൂ!
തുമ്പകൾ ചെറുപൂക്കുമ്പിളിൽ നറുപാൽ-
ത്തുള്ളികൾ കാഴ്ചവയ്ക്കുന്നൂ!
ഇതെന്റെയക്ഷരമണികൾ!
എന്റെ കണ്ണീർക്കണികകൾ!
(അക്ഷരതുളസീമണികൾ...)

സംഗീതം: വി. ദക്ഷിണാമൂർത്തി

ലളിതഗാനം

ഒരു മുൾച്ചെടിയുടെ നിറുകയിലല്ലോ
പനിനീർപ്പൂവേ, നിൻ ജന്മം!
വെയിലിൻ സ്നേഹം തഴുകുന്നേരം
വെറുതേ വാടുവതെന്തേ?-എന്തേ
പറയൂ പനിനീർപ്പൂവേ!

നിന്റെ ശിരസ്സിൽ സ്നേഹം ചാർത്തിയ-
തെന്തേ മുൾമുടിയാണോ?
മുൾമുനകൊണ്ടു മുറിഞ്ഞൊരു സിരകളിൽ-
നിന്നും രുധിരം വാർന്നു
മരണത്തിന്റെ മണിത്തൊട്ടിലിൽ നീ
മയങ്ങിവീഴുകയാണോ?-
പൂവേ!-പനിനീർപ്പൂവേ!

സ്വർണ്ണകിരീടമണിഞ്ഞൊരുഷസ്സായ്
വന്നൂ പൂമകൾപോലേ!
മണ്ണിൻ നന്മകൾ, അഴകുകളെല്ലാം
നിന്നിൽ തളിർത്തുനിന്നൂ!
ഒടുവിലൊരന്തിത്തുടുവെയിൽപോലെ
പടികളിറങ്ങിപ്പോയ് നീ!-
പൂവേ!-പനിനീർപ്പൂവേ!

ലളിതഗാനം

ശ്രാവണമാഗതമായീ–തരുനിര
പൂവുകളണിയുകയായീ!
ശ്യാമമനോഹരനിതുവഴിയണയാൻ
താമസമെന്തേ തോഴീ!

അരിയ നിലാവൊളി വീണലിയുന്നൊരു
ഹരിതകദംബവനാന്തമിതിൽ
ഹരിയുടെ മുരളിക പാടുവതെവിടെ?
എവിടെ?–പറയൂ, എവിടെ?

കുസുമിതലതികാഗൃഹമിതിലവനൊരു
കുയിലായ് പാടുകയാണോ?
(ശ്രാവണമാഗതമായി...)

ഹരിയണിയും കുളിർമാലേയത്തിൻ
സുഖദസുഗന്ധമെഴും കാറ്റേ!
തരളിതതനുവായ് തേടുകയാണിവൾ
പറയൂ–എൻ പ്രിയനെവിടെ?

പുളകിതയമുനാസഖിയും കൈകളിൽ
മലർദീപവുമായ് നില്പൂ!
(ശ്രാവണമാഗതമായീ...)

ലളിതഗാനം

വിരുത്തം:

ആദിസുസ്വരം പൊട്ടിവിടർന്നതാം
നാദമഞ്ജരി ചൂടുമപാരതേ!
രാഗതാളങ്ങൾതൻ ലയചാരുതേ!
ലോകപൂജിതേ!സംഗീതദേവതേ!

പല്ലവി:

സ്വരവന്ദനം ദേവീ! സ്വരവന്ദനം!-നിന്റെ
തിരുമുമ്പിൽ ഞങ്ങൾ നാദനൈവേദ്യങ്ങൾ!
നൈവേദ്യങ്ങൾ-നാദനൈവേദ്യങ്ങൾ!
അമൃതമയീ, ആനന്ദമയീ!
സുകൃതിനീ, സുജനാനന്ദിനി!

ചരണം:

നോവുമാത്മാവിന് കൂട്ടായ് വരൂ!
പൂവിന് താരാട്ടീണം തരൂ!
ഇത്തിരി സ്നേഹത്തിന്നക്ഷരക്കുമ്പിളിൽ
ഹൃത്തിലെ നറുതേൻ പകർന്നുതരൂ!
കാതരമാനസവീണകളിൽ-ശ്രുതി-
മാധുരിയായി വരൂ! (സ്വരവന്ദനം ദേവീ...)

ചരണം:

നൊന്തുമൂളും മുളന്തണ്ടുകൾ ഞങ്ങളിൽ
സാന്ത്വനചുംബനശ്രുതി പകരൂ!
മേദിനിതൻ തപ്തമേനിയിലൻപാർന്ന
മേഘരാഗങ്ങളായ് പെയ്തുവരൂ!
നാദമയീ! നിൻ വാത്സല്യാമൃത-
ധാര ചൊരിഞ്ഞുവരൂ! (സ്വരവന്ദനം ദേവീ...)

സംഗീതം: എം. ജി. രാധാകൃഷ്ണൻ

സംഘഗാനം (ആകാശവാണി)

കുരുന്നുതങ്കച്ചിറകു വിടർത്തി
പറന്നു പാടാൻ പോരൂ!
പോരൂ–പോരൂ–പോരൂ!
ഒരു നീലത്താമരപോലെ
വിരിയും വാനം നീളെ
തേൻമൊഴി തൂകും കുരുവികളായ്
തേൻമഴ പെയ്യും മുകിലുകളായ് (കുരുന്നുതങ്കച്ചിറകു...)

പോരൂ! തുമ്പികളോണപ്പാട്ടുകൾ
പാടും മേടുകൾ മീതേ
പോരൂ! ഉണ്ണിപ്പിറവിയെ വാഴ്ത്തും
പുൽക്കൂടുകൾതൻ മീതേ!
പുകയുമടുപ്പുകൾ മീതേ!–താരാ–
ട്ടുണരും തളങ്ങൾ മീതേ!
പോരൂ, പോരൂ, മനുഷ്യർ പാടും
തീരപഥങ്ങൾ മീതേ!–ഇന്നീ
തീരപഥങ്ങൾ മീതേ! (കുരുന്നുതങ്കച്ചിറകു...)

താരകളിരവിൽ തളിർത്തുനിന്നിടു–
മാകാശത്തിൻ ചോട്ടിൽ
ജീവിതസാഗരസംഗീതത്തിൻ
സ്നേഹപ്പൊരുളുകളാവാം!
ഭൂമിക്കൻപൊടു പുടവകൊടുക്കും
ഒരൊറ്റ സൂര്യനു കീഴിൽ
പാടുക, പാടിയുണർത്തുക നാമൊരു
ധീരമനോഹരലോകം! (കുരുന്നുതങ്കച്ചിറകു...)

ലളിതഗാനം

പറയൂ, നിൻ സ്നേഹത്തിൻ കൈവിരൽത്തുമ്പുകൾ
ഒരുനാളെൻ കണ്ണീർ തുടയ്ക്കുകില്ലേ?
മൃദുവാം നിൻ കാലൊച്ചയെന്നുമെന്റെ
ഹൃദയം കൊതിക്കും സംഗീതമല്ലേ?

അരളികൾ പൂക്കുമെൻ ജാലകത്തിൻ
സുരഭിലചരായാതലത്തി,ലിന്നും
അരുമയായ് പാടുമീ രാക്കിളികൾ
വിരഹിണിയാം നിന്റെ ദൂതരല്ലേ?
(പറയൂ നിൻ...)

കരളിലെ മുറിവിൽ തലോടി, യെന്നെ
കവിതകൾ മൂളിയുറക്കുവാനായ്
പറയൂ, വരാനെന്തേ വൈകിടുന്നൂ?
നിറകതിർ തൂകും നിലാക്കിളിപോൽ!
(പറയൂ നിൻ...)

പറയൂ, നിൻ സ്നേഹത്തിന്നേതു പൂവിൻ
നിറമാണ്, മണമാണെന്നോർത്തിരിക്കെ,
അറിയപ്പെടാത്ത സൗഗന്ധികങ്ങൾ
ഹൃദയത്തിലൊരു മലർക്കാവടിയായ്!
(പറയൂ നിൻ...)

സംഗീതം: സണ്ണി സ്റ്റീഫൻ

ലളിതഗാനം (ആകാശവാണി)

സുലളിതമന്ദസമീരവിഹാരം
കുളിരു പകർന്നൊരു തീരം!
തീരം!-പമ്പാതീരം!
കളകല്ലോലിതതടിനിയിലൂടെ
ജലദീപങ്ങൾ നീന്തും
യാമം!-സുമധുരയാമം!

തൊഴുകൈയോടേ, വിടർമിഴിയോടേ
മുഴുതിങ്കൾക്കൊടി നില്പൂ!
കളഭംകൊണ്ടു മുഴുക്കാപ്പണിയും
കാവിലെ ദേവതപോലെ!-മേലേ-
ക്കാവിലെ ദേവത പോലെ!
(സുലളിതമന്ദസമീര...)

നിറുകയിലണിയും ഹരിചന്ദനമോ
അരിയ നിലാപ്പൂവിതളോ
വരപ്രസാദമിതേകുന്നൂ നീ
രാവിൻ ദേവതപോലെ!-പൗർണ്ണമി-
രാവിൻ ദേവതപോലെ!
(സുലളിതമന്ദസമീര...)

സംഗീതം: മുരളി സിതാര

ലളിതഗാനം

ശാലീനസുന്ദരഗ്രാമകന്യേ!–എൻ
ശരദിന്ദുവായി വരൂ!
പനിനീർക്കുളിരും കളഭവുമായി വരൂ നീ!
–ഇതുവഴി
ശാലീനസുന്ദരഗ്രാമകന്യേ!–എൻ
ശരദിന്ദുവായി വരൂ!
പ്രണയാരുണമാമൊരു പനിനീർപ്പൂ തരു നീ!

സാന്ദ്രലയം അലമാലകളിൽ
പൗർണ്ണമി വീണലിയേ,
തോണിയിൽ നാം ഇരുപേർ ഇതിലേ
പോവുകയായ് അകലേ!–
കാണാച്ചന്തങ്ങൾ, മഴവിൽ വർണ്ണങ്ങൾ
പൂവിടും താഴ്വാരങ്ങൾ!
താരണിക്കുളിർമേടുകൾ!
(ശാലീനസുന്ദര...)

ആതിരതൻ കുളിർചൂടിവരും
ആയിരം രാവുകളിൽ
നാമിനിയും ഇണപ്രാവുകൾതൻ
ഈണവുമായിവിടെ
പൊന്നൂഞ്ഞാലാടി, ഇരുമെയ്യൊന്നായി
കൊണ്ടാടുമീയുത്സവം!–
നമ്മൾതൻ ഹൃദയോത്സവം!
(ശാലീനസുന്ദര...)

സംഗീതം: ജോൺസൺ

ലളിതഗാനം

പൊന്നഴിക്കൂടു തുറന്നുതരാം-എൻ
കൺമണി ശാരികേ! ഒന്നു പാടൂ!
കൊഞ്ചുംമൊഴി! എന്തീ മൗനം?-നിന്റെ
കണ്ണിലെ സ്വപ്നമേതോ!

പാൽക്കതിർ ചൂടിയ പാടങ്ങളോ?
പൂത്തുമ്പി തുള്ളുന്ന മേടുകളോ?
മുൾമുരുക്കിൻ മലർജ്വാലകളോ?
മൂക്കാത്ത ചോളത്തിൻ മുത്തുകളോ?
ചൊല്ലൂ നിൻ ചെല്ലക്കിനാവേതോ?
(പൊന്നഴിക്കൂട്...)

പാതവക്കിൽ പക്ഷിശാസ്ത്രക്കാരൻ
കൂടപ്പിറപ്പിനെ കൊണ്ടുപോയോ?
നീയുമശോകവനികയിലെ
സീതയേപ്പോലെ ഇരിപ്പതെന്തേ?-
ചൊല്ലൂ നിൻ ഉള്ളിലെ ദുഃഖമെന്തേ?
(പൊന്നഴിക്കൂട്...)

സംഗീതം: ജോൺസൺ

ആൽബം: പൂന്തിങ്കൾ

പൂവുറങ്ങീ-പൂ
ങ്കാവുറങ്ങീ!
കാവിലെ കാറ്റുമുറങ്ങീ!
നീയുറങ്ങ്!-നീയുറങ്ങ്!-എന്റെ
ജീവന്റെ ജീവനുറങ്ങ്!
(പൂവുറങ്ങീ...)

നീലമലർച്ചോലയിലെ
നീരലർച്ചാർത്തടങ്ങീ!
മാനത്തെയമ്പിളിയാ മലർച്ചോലതൻ
മാറത്തു വീണുറങ്ങീ!
രാരിരം രാരിരം പാടാം-എന്റെ
താമരക്കണ്ണനുറങ്ങ്!
(പൂവുറങ്ങീ...)

പീലിമുടിച്ചാർത്തുലയും
പൂമുളങ്കാടുറങ്ങീ!
ആലിലത്തൊട്ടിലിലാടുന്ന കണ്ണനെ-
പ്പോലെയെന്നുണ്ണിയുറങ്ങ്!
വാവാവോ വാവാവോ പാടാം-എന്റെ
പൂവാംകുരുന്നേ! ഉറങ്ങ്!
(പൂവുറങ്ങീ...)

സംഗീതം: വിദ്യാധരൻ

ആൽബം: പൂന്തിങ്കൾ

മാറോടണച്ചു ഞാനെൻ
മാണിക്യക്കുരുന്നിനെ
രാരിരം രാരോ പാടിയുറക്കാം!
ചൊല്ലുക നിന്നിളംചുണ്ടിൽ
മെല്ലെ വിരിഞ്ഞതു നിൻ
ഉള്ളിലെത്തേൻകിനാവോ, പുഞ്ചിരിയോ?
(മാറോടണച്ചു...)

പൂവിളംചിറകിന്റെ
തൂവലിൻ തിരികളാൽ
ദേവദൂതികൾ നിന്നെ തഴുകുന്നുണ്ടാം
താമരത്തളികയിൽ
പാലമൃതുമായ് വന്നു
മാമുണ്ണാനവർ നിന്നെ വിളിപ്പതുണ്ടാം.
(മാറോടണച്ചു...)

നീലപ്പൂമ്പീലി കോർത്ത
പ്ലാവിലമുടി വയ്ക്കാം!
കാലിയെ മേയ്ക്കുമുണ്ണിയായ് കളിക്കാം!
പാവക്കിടാങ്ങളോട്
പായാരം ചൊല്ലാം!–കിളി
പാടുന്ന മേടുകളിൽ പാടി മദിക്കാം!
(മാറോടണച്ചു...)

സംഗീതം: വിദ്യാധരൻ

ആൽബം: പൂന്തിങ്കൾ

കൺമണിയെന്നാവണിപ്പൊന്നമ്പിളിയല്ലേ?
എൻ മനസ്സിൻ ചില്ലയിലെ പൊൻമലരല്ലേ?
വാവാവോ കൺമണിയേ!–
വാവാവോ കൺകുളിരേ!
(കൺമണിയെൻ...)

കിണുകിണുങ്ങും–കിങ്ങിണിയും!
കിലുകിലുങ്ങും–കരിവളയും!–
കരൾ നിറയേ പെയ്തിറങ്ങും തേൻമഴയല്ലേ?
കൺമണിയെൻ ഉയിർ നിറയും പൂങ്കുളിരല്ലേ?
വാവാവോ കൺമണിയേ!–
വാവാവോ കൺകുളിരേ!
(കൺമണിയെൻ...)

മഞ്ഞലയാം–കൊതുവലയിൽ
വെൺതിങ്കൾ–ക്കല മയങ്ങീ!
വിണ്ണിലെഴും മൺചിരാതിൻ തിരികൾ മയങ്ങീ!
കൺമണിയേ, മെല്ലെ നീയെൻ മാറിൽ മയങ്ങു!
വാവാവോ കൺമണിയേ!–
വാവാവോ കൺകുളിരേ!
(കൺമണിയെൻ...)

സംഗീതം: വിദ്യാധരൻ

ആൽബം: പൂന്തിങ്കൾ

താരകത്തൂമിഴി നീട്ടി–എന്റെ
താമരപ്പൈതലെ നോക്കി
താരാട്ടുപാടുകയായീ–പൊ–
ന്നാതിരരാവിന്റെ മൗനം!
    മൗനം!–ഈ രാവിന്റെ മൗനം!–രാഗ–
    സാന്ദ്രമീ രാവിന്റെ മൗനം!

പുത്തില്ലം പോറ്റുന്ന തത്തേ!–എന്റെ
മുത്തിനായ് നീയൊന്നു പാട്!
പൊന്നമ്പലത്തിലെ പ്രാവേ!–എന്റെ
പൊന്നുംകുടത്തിനായ് പാട്!
    ചന്ദനപ്പടിമേലിരുന്നെൻ–കുഞ്ഞ്
    ചാഞ്ചക്കമൊടുവാൻ പാട്!
(താരകത്തൂമിഴി...)

മാന്തളിർത്തൊത്തിലെ കുയിലേ!–എന്റെ
പൂന്തിങ്കളെ നീയുറക്ക്!
മാതളത്തോപ്പിലെ മൈനേ!–എന്റെ
മാണിക്യത്തരിയെ ഉറക്ക്!
    ഇമ്പത്തിലീണത്തിൽ പാട്–എന്റെ
    തങ്കക്കുടത്തെയുറക്ക്!
(താരകത്തൂമിഴി...)

സംഗീതം: വിദ്യാധരൻ

സീരിയൽ: സ്വാമി അയ്യപ്പൻ

ചന്ദ്രകലാധര! നിൻ മുന്നിൽ ശ്രാവണ-
ചന്ദ്രികയായ് ഞാൻ തൊഴുതുണർന്നു!
ബന്ധുരകർപ്പൂരഭസ്മരേണുക്കളായ്
നിൻ തിരുവുടലിൽ ഞാൻ പടർന്നോട്ടേ!

ലാവണ്യഗംഗാലഹരിക ഞാൻ!
ലാസ്യസരോവരവീചിക ഞാൻ!
കമലദളങ്ങൾ മെല്ലെ വിടർത്തും
കാമിനി, കാമരൂപിണി ഞാൻ!
(ചന്ദ്രകലാധര!...)

കാഞ്ചനശൈലത്തിരുമുടി ഞാൻ!
കാമധനുസ്സിലെ നളിനം ഞാൻ!
മദകാമനകൾ പീലി വിടർത്തും
മോഹിനി, വിശ്വമോഹിനി ഞാൻ!
(ചന്ദ്രകലാധര!...)

സംഗീതം: എം. ജി. രാധാകൃഷ്ണൻ

ലളിതഗാനം

ഓണം–നല്ലോണം–പൊ–
ന്നോണം–തിരുവോണം!

ഇന്ദ്രധനുസ്സിലെ വർണ്ണമെല്ലാം
ഇന്നീ മലർമേട്ടിൽ വന്നിറങ്ങി
പൂവായ് ചിരിക്കുമ്പോൾ പൂത്തുമ്പീ, മൂളി വാ!
ഈയോണം–നല്ലോണം–പൂത്തിരുവോണം!

ചന്ദനക്കുളിരുള്ള തെന്നലുണ്ടോ?–
ചമ്പകച്ചോട്ടിലെ തണലുണ്ടോ?–
തുമ്പി ചോദിക്കുമ്പോളൊന്നും പറയാതെ
നൊമ്പരം കൊള്ളുവതെന്തേ?–എന്റെ
തുമ്പമലർക്കിടാവേ!

അങ്കണത്തേൻമാവിലൂഞ്ഞാലുണ്ടോ?
ഒന്നിച്ചിരുന്നാടാൻ നീയുണ്ടോ?
ചിങ്ങക്കിളിയേ! നീ ഒന്നും പറയാതെ
ചിന്തിച്ചുനില്ക്കുവതെന്തേ?–ഒന്നും
മിണ്ടാതെ നില്പതെന്തേ?

അത്തം പത്തോണമെന്നോർമ്മയില്ലേ?
ഇത്തിരിപ്പൂവെന്തേ തുള്ളാത്തൂ?
തൃച്ചമ്പരത്തു പോയ് വന്നവാറേ, നിന്റെ
കച്ചയും കാപ്പും മറന്നോ?–നിന്റെ
കാഞ്ചനച്ചെപ്പുമെങ്ങോ!

ലളിതഗാനം (ആകാശവാണി)

പൊന്നിൻ കിങ്ങിണി ചാർത്തിയപോലെ
കൊന്നകൾ തൊടിയിൽ പൂവിട്ടു!
വയലിന്നരികിലെ വാകമരത്തിൽ
കിളി പാടീ! – ലലലലലാ...!

മേടം വന്നു മഞ്ഞവെയിൽപ്പൊ–
ന്നാടകൾ ചാർത്തിയ മേടുകളിൽ
വേനൽപ്പൂവുകൾ വരവായീ!–കണി
കാണാനുണ്ണീ! വാവാവാ!
കിങ്ങിണിയരമണി തുള്ളി വരൂ നീ
കുഞ്ഞരയന്നംപോലേ!

ഉണ്ണീ, പോരൂ!
ഉണ്ണീ പോരൂ!–കുഞ്ഞേട്ത്തി
നിൻ മിഴി പൊത്തി നടത്തുന്നൂ!
പൂക്കണി വച്ച മണിത്താലമിതാ!
പൂമിഴിയൊന്നു തുറന്നോളൂ!
മണ്ണിന്നഴകുകൾ നന്മകളെല്ലാം
കൺകുളിരെ കണികാണാൻ!

ലളിതഗാനം

കുന്നലനാടിനു കുളിരു ചുരത്തുന്ന
കന്യകളേ! നദീകന്യകളേ!
പീഡിതരാം പെൺകിടാങ്ങളെപ്പോലെന്തേ
പേടിച്ചരണ്ടു നോക്കുന്നൂ?
വെൺമണലിന്റെ പുതപ്പിന്നടിയിലി-
ന്നെന്തേ ഭയന്നൊളിക്കുന്നൂ?

ആതിരതൻ കുളിരെങ്ങു പോയീ-പെരി-
യാറിന്നൊഴുക്കുകളെങ്ങു പോയീ?
കാവും കുളങ്ങളുമെങ്ങു പോയീ?
കാവിലെപ്പൂരവുമെങ്ങു പോയീ?

തീരത്തു പൂവിട്ടൊരദ്വൈതസംസ്കാരം
തീവെയിലേറ്റു കരിഞ്ഞുവെന്നോ?
കേളീകലതൻ തിരുവരങ്ങിൻ
മേളപ്പെരുമകളെങ്ങു പോയീ?

നാവോറുപാട്ടിന്റെ നാഴൂരിപ്പാലുമായ്
പാവമാം പുള്ളോനുമെങ്ങു പോയീ?
പൂതത്തിൻ ഓട്ടുചിലമ്പുമേതോ
പൈതലിൻ കൈയിൽ കളിപ്പാട്ടം!

പൂവേ വിളികേട്ടു പൂത്തിറങ്ങുന്നൊ-
രാ വയലോരത്തെ പൂക്കളെങ്ങോ!
ചെത്തി മന്ദാരം തുളസിയെങ്ങോ!
മുക്കുറ്റി കണ്ണാന്തളിയുമെങ്ങോ!

നാടകം: ശാകുന്തളം

നാവിന്മേൽ ദേവി ഹരിശ്രീ കുറിച്ചൊരു
ഗായകാ!-ഗന്ധർവ്വഗായകാ!
കാലത്തിൻ പൊന്നരയാലിന്മേലാരാരും
കാണാതിരുന്നു നീ പാടൂ!
സ്വർഗ്ഗവും ഭൂമിയുമൊന്നിച്ചു ചേരുന്ന
സൽക്കഥാഗീതമാം ശാകുന്തളം!

അപ്സരസ്സാം അമ്മ കൈവിട്ട കുഞ്ഞിനെ
പക്ഷികൾ പൂമധുവൂട്ടീ!
കണ്വനെടുത്തു വളർത്തീ!-ആശ്രമ-
കന്യകയായി വളർന്നൂ!-മുനിയുടെ
കൺമണിയായി വളർന്നൂ!

രണ്ടിലകൾക്കു നടുവിലൊരു മലർ-
ച്ചെണ്ടുപോൽ കന്യ വളർന്നൂ!
തങ്കരഥമേറി വന്നൂ-മന്നവൻ
തമ്പിയെക്കണ്ടു മോഹിച്ചൂ-ഗാന്ധർവ്വ-
മംഗല്യമോതിരം ചാർത്തീ!

ബന്ധം മറന്നൊരാ മന്നവൻ കൈവിട്ട
കന്യതൻ ദുഃഖങ്ങളെല്ലാം
അന്യർതൻ കണ്ണുനീരൊപ്പും കവിയുടെ
പൊൻതൂവൽ താളിൽ പകർന്നൂ-കാലവും
അൻപോടതേറ്റു പാടുന്നൂ!

അവതരണഗാനം

നാടകം: ശാകുന്തളം

ധനനന ധനനന നൂപുരനാദം!
മണിനൂപുരനാദം!
കരതാരണിയും പൊൻവളകൾ തൻ
ചിരിമണിയുതിരും നാദം!
തപസ്സുചെയ്യും മുനിയുടെ ബോധ–
തലത്തിലൊരു കുളിരലയിളകീ!
ഉദിച്ചുനില്പൂ മുന്നിൽ മനോജ്ഞമൊ–
രുജ്ജ്വലവിഭാതകാന്തി!
ധനനന ധനനന നൂപുരനാദം!
മണിനൂപുരനാദം!

ദേവനാരിമാരിൽ സുന്ദരീ!
മേനകേ! വരൂ, മനോഹരീ!
ഇന്ദ്രപദമോഹമാർന്ന
വൻ തപസ്സിളക്കുവാൻ
നിന്റെ നീലമിഴിമുനതൻ
ഇന്ദ്രജാലം പോരുമേ!
നിന്റെ പൊൻപദങ്ങളാൽ വി–
ലാസലാസ്യമാടുക! (ദേവനാരിമാരിൽ...)

വായുദേവൻ നിന്റെ മാറിലെ കഞ്ചുകം
വാരിയെടുക്കുവാൻ വന്നുവെന്നോ?
പൂവിട്ട വള്ളികളൊക്കെയും മേനകേ!
ഭൂമിയിൽ നിൻ സഹനർത്തകിമാർ!
നൃത്തം പഠിക്കുവാൻ നിൻ ചുറ്റുമായിരം
ചിത്രശലഭങ്ങൾ പാറിവന്നു!

പഞ്ചവർണ്ണക്കിളിക്കൊഞ്ചലെല്ലാം നിന്റെ
മഞ്ജീരശിഞ്ജിതമായുയർന്നു!

പൂവമ്പൻതൻ ആവനാഴിയിൽ മണ്ണിലെ
പൂവുകളൊക്കെയും അമ്പുകളായ്!
കണ്ണു തുറക്കൂ മഹാമുനേ! വിണ്ണിന്റെ
സൗന്ദര്യത്തേൻവിരുന്നുണ്ണാൻ!

(കൺതുറന്നൂ മുനി, കണ്ടു മുന്നിൽ
കണ്ണഞ്ചും മോഹിനീനൃത്തം!
ഇന്ദ്രസദസ്സിലെ നർത്തകിയാടുന്ന
ഇന്ദ്രിയാമോദകനൃത്തം!

യോഗിമനസ്സിൽ മയങ്ങിക്കിടക്കുന്ന
നാഗം ഫണം വിടർത്തുന്നൂ!
ആടു പാമ്പേ, പുനം തേടു പാമ്പേ!
ആനന്ദസഹനർത്തനം!)

നൃത്തഗാനം

'സ്വരലയ' മുദ്രാഗീതം

സ്വരം-സ്വരം-സ്വരലയം-ലയം-
സ്വരലയമധുരം
സുസ്വാഗതഗീതമിതാ!
ഇതാ-ഇതാ-ഇതാ!

അശാന്തമാം ഹൃദയാകാശങ്ങളിൽ
ഒലീവുചില്ലയുമായി
അരുമപ്രാവുകളായുയരുന്നു
സ്വരലയഗീതികകൾ!
തൂവൽത്തിരിയാൽ ആരതിയുഴിയേ
നോവും കരളിനു സാന്ത്വനമായ്!
(സ്വരം-സ്വരം-സ്വരലയം...)

വിശാലസൗഹൃദവിമലാകാശം
വിരിയുകയാണിവിടെ!
പഴയൊരു ബോധിതരുവുമൊരീന്തൽ-
പ്പനയുമൊലീവും തമ്മിൽ
സ്നേഹമർമ്മരമുതിരും സ്വരലയ-
വേദിയിതാ!-സുസ്വാഗതം!-സുസ്വാഗതം!
സ്വരലയവേദിയിതാ!
(സ്വരം-സ്വരം-സ്വരലയം...)

സംഗീതം: ദേവരാജൻ

മലയാളഭാഷാഗാനം

തുഞ്ചൻതൻ തിരുനാരായത്തിൻ
തുഞ്ചത്തായുഞ്ഞാലാടി
കൊഞ്ചും കിളിമകൾ പാടി വളർത്തിയ
മഞ്ജുതരംമൊഴി മലയാളം!

അമ്മിഞ്ഞപ്പാൽത്തുള്ളികളായി
നമ്മിലലിഞ്ഞു മലയാളം!
അമ്മയുറക്കാൻ പാടിയ പാട്ടിലെ
അൻപാണല്ലോ മലയാളം!

മാമ്പൂവിൻ മണമോലും നമ്മുടെ
നന്മൊഴി നറുമൊഴി മലയാളം!
ഇളനീർമധുരം കിനിയും നമ്മുടെ
ഹൃദയത്തിരുമൊഴി മലയാളം!

ഈറക്കുഴലുമുടുക്കുമിടയ്ക്കയും
ഈണം പകരും മലയാളം!
പുതിയൊരു ലോകം കിനാവുകണ്ടുൾ-
ത്തുടികൊട്ടും മൊഴി മലയാളം!

സംഗീതം: ജി. ദേവരാജൻ

കൈരളി: മുദ്രാഗീതം

നീലവാനിനു കീഴിലായ്-അല-
യാഴിതൻ തീരഭൂവിലായ്
ജാലകം തുറന്നീടുക-മല-
യാളമാം ദൃശ്യചാരുതേ!-ഒരു
ജാലകം തുറന്നീടുക-മല-
യാളമാം ദൃശ്യചാരുതേ!

ചക്രവാളങ്ങൾക്കപ്പുറത്തെഴും
ചിത്രവർണ്ണങ്ങളാകവേ
ആനയിക്കുകീ ജാലകത്തിലൂ-
ടായിരം സുസ്വരങ്ങളെ!
(നീലവാനിനു കീഴിലായ്...)

സീരിയൽ: ജ്വാല (ശീർഷകഗാനം)

ജ്വാല-ജ്വാല!
തൂലികത്തുമ്പിലെ ജ്വാല!
വേനലിൻ താപമീ വാകതൻ ചില്ലയിൽ
കാനനജ്ജ്വാലകളായി!
വേദന-നാടിന്റെ വേദന-നിൻ വജ്ര-
തൂലികത്തുമ്പിലെ ജ്വാല!
(ജ്വാല! ജ്വാല!...)

നിർഭയശീർഷനായ് സ്വാതന്ത്ര്യബോധത്തിൻ
അക്ഷരദീപവുമേന്തി
ധീരമനോഹരനൂതനലോകത്തെ
നീ വരവേല്ക്കുകയായി!
(ജ്വാല! ജ്വാല!...)

ഉജ്ജ്വലചിന്തതൻ പർണ്ണകുടീരത്തിൽ
കത്തും ചിരാതിലെ നാളം!
കൂരിരുൾ കീറുന്ന വജ്രശലാകയായ്
മാറുകയായ് നവജ്ജ്വാല!
(ജ്വാല! ജ്വാല!...)

സംഗീതം: ജി. ദേവരാജൻ

സീരിയൽ: ജ്വാല

ഒരു രാഗസന്ദേശം ഹൃദയത്തിൽ പേറി വ-
ന്നൊരു മുകിൽപ്പക്ഷിപോലേ!
ചിറകൊച്ചപോലുമില്ലാതെ നിൻ ജാലക-
നിഴലിൽ ഞാൻ കാത്തുനിന്നൂ!
(ഒരു രാഗസന്ദേശം...)

നീറുന്ന ചിന്തയിൽ നിദ്ര വരാതെ-നീ
മേവുന്ന യാമങ്ങളിൽ
കൺചിമ്മിക്കൺചിമ്മി നിന്നരികിൽ-ഒരു
മൺവിളക്കായ് ഞാനെരിഞ്ഞുനിന്നൂ!
(ഒരു രാഗസന്ദേശം...)

രാവിന്റെ ചില്ലയിൽ മഞ്ഞക്കിളിപോലെ
രാകേന്ദു കൂടണയേ,
കിന്നരം മീട്ടി ഞാൻ നിന്നറയിൽ-സ്വര-
ചന്ദ്രികയായ് കുളിർ പെയ്തിരുന്നു!
(ഒരു രാഗസന്ദേശം...)

സംഗീതം: ജി. ദേവരാജൻ

സീരിയൽ: ജ്വാല

ദേവ! നിൻ മാനസനൃത്തസദസ്സിലെ
മേനകയാകുവാനെന്റെ മോഹം!
നൂറു കിനാക്കളെ പാടിയുണർത്തുന്ന
നൂപുരം ചാർത്തുവാനെന്റെ മോഹം!
(ദേവ! നിൻ മാനസ...)

നീയിളവേല്ക്കും നികുഞ്ജത്തിനുള്ളിലെ
ദീപമായ്ത്തീരുവാനെന്റെ മോഹം!
നീ മയങ്ങും തരുച്ഛായകളിൽ കുളിർ-
പ്പൂമഴയാകുവാനെന്റെ മോഹം!
(ദേവ! നിൻ മാനസ...)

ആടിനെ മേച്ചു നീ പാടുന്ന പാട്ടിന്റെ
മാധുരിയാകുവാനെന്റെ മോഹം!
നീയാം സരോവരപുഷ്പത്തിൻ മാറിലെ
നീർമണിയാകുവാനെന്റെ മോഹം!
(ദേവ! നിൻ മാനസ...)

സംഗീതം: ജി. ദേവരാജൻ

സീരിയൽ: ജ്വാല

ഇന്നലെ വയലാറിലെ മണ്ണിൽ
വീണ പൂവുകളായീ–നിങ്ങൾ
വീണപൂവുകളായീ!
കാലത്തിൻ കൈക്കുമ്പിളിൽ നിങ്ങൾ
വാടാമലരുകളായീ–ഇന്നീ
വാടാമലരുകളായീ!

ഭീരുത നിറതോക്കുകൾ ചൂണ്ടീ!
ധീരത വിരിമാർ കാട്ടീ!
നിരനിരയായ് പിൻതിരിയാതെ
പൊരുതി മരിച്ചെന്നാലും
നിങ്ങളനശ്വരർ, നിങ്ങളനശ്വരർ–
നിങ്ങളനശ്വരരായീ!

നിറ തീർന്നൊരു തോക്കുകൾപോലെ
തളരുന്നൂ മർദ്ദകലോകം!
വയലാറിൻ ബലിശിലകളിൽ നി–
ന്നുയിരാർന്നുയരുന്നൂ നിങ്ങൾ! (നിങ്ങളനശ്വരർ...)

അടിമകൾതൻ സ്വാതന്ത്ര്യത്തി–
ന്നടരാടിയൊരക്കഥയോർക്കെ,
മലനാടിൻ ഹൃദയം നാടൻ–
തുടി കൊട്ടിപ്പാടുകയായീ! (നിങ്ങളനശ്വരർ...)

(ഇന്നലെ വയലാറിലെ മണ്ണിൽ...)

സംഗീതം: ജി. ദേവരാജൻ

സീരിയൽ: സ്വത്ത് – ശീർഷകഗാനം

സ്നേഹം വിളക്കു കൊളുത്തീ!–സ്വത്തെന്ന
മോഹമതിന്മേൽ കരി പടർത്തീ!
അക്കരി കൺമഷിച്ചാന്തല്ലാ!
അഞ്ജനക്കുറിയിടും ചന്തമല്ലാ!–അത്
ദുഃഖത്തിൻ കാർനിഴൽ മാത്രം!

ഒന്നു ചിരിച്ചു വിടർന്നു കൊഴിഞ്ഞുപോം
മന്ദാരപുഷ്പംപോലേ
സ്നേഹം പകർന്നു പകർന്നു നല്കും
കേവലാനന്ദം പൊലിഞ്ഞുപോയീ!
ഏകാകിനീ! നിന്റെ നിശ്വാസധാരയും
ഏതോ ശോകാന്തരാഗമായീ!
(സ്നേഹം വിളക്കു കൊളുത്തി...)

തുമ്പിക്കു കല്ലെന്നപോലെയീ സ്വത്ത് നിൻ
സ്വന്തം കുരിശായ് മാറീ!
സ്വർണ്ണത്തിൻ താക്കോൽ തുറന്നുനല്കും
സ്വർഗ്ഗമെന്നാരേ നുണ പറഞ്ഞു?
ഏകാന്തദുഃഖത്തിൻ മുൾമുടി ചൂടി നീ
ഏത് ദുരന്തമുനമ്പിലേക്കോ?
(സ്നേഹം വിളക്കു കൊളുത്തീ...)

സംഗീതം: സ്വാതിഭാസ്കർ

സീരിയൽ: ചേച്ചിയമ്മ - ശീർഷകഗാനം

ദീപം!-ദീപം!-ദീപം!
ആതിരത്താരംപോൽ ദീപം കാട്ടുന്ന
താമരപ്പൂമകളേ!
എങ്ങും വെളിച്ചം വിതറുന്ന മറ്റൊരു
മംഗളമലർവിളക്കേ!
ദീപം!-ദീപം!-ദീപം!

കത്തുന്ന നെയ്ത്തിരി ചുറ്റും വിതറുന്നൊ-
രിത്തിരി സ്നേഹനിലാവേ!
ആത്മാവിൻ നോവുകൾമീതേ വിടരുന്നൊ-
രാനന്ദപ്പൊൻപനിനീർപ്പൂവേ!
സഹനത്തിൻ സംഗീതം നീ-സാന്ദ്ര-
മധുരസങ്കീർത്തനം നീ!

ദുഃഖത്തിൻ ഉഷ്ണപ്രവാഹത്തിലെ സ്വർണ്ണ-
മത്സ്യമായ് നീയുരുകുമ്പോൾ,
കാണും മിഴികൾക്കൊരുത്സവമാവാനോ
കാതരേ! നിന്നൊരേ മോഹം!
ഒരു ബലിപുഷ്പമാവാൻ-ധ്യാന-
നിരതയായ് നിന്നുവോ നീ!
(ദീപം!-ദീപം!-ദീപം!)

സംഗീതം: രവീന്ദ്രൻ

സീരിയൽ: സ്വന്തം – ശീർഷകഗാനം

ആരോമലമ്പിളിപ്പൈതലെ സ്വന്തമെ-
ന്നാകാശമോർത്തു ചിരിച്ചൂ!
ആ ചിരി മാഞ്ഞുപോയ്, രാവും മറഞ്ഞുപോയ്!
അമ്പിളിപ്പൈതലുമെങ്ങുപോയീ?
സ്വന്തമെന്നോർത്തതെല്ലാം-വെറും
സ്വപ്നമരീചികളായ്!

തങ്കക്കുടമെന്ന് താതൻ നിനച്ചത്
മൺകുടമായിരുന്നു!
താലോലിച്ചീടുന്ന കൈകളിൽ നിന്നത്
താഴത്ത് വീണുടഞ്ഞെന്നോ?
(ആരോമൽ...)

പൊന്നഴിക്കൂട്ടിലായ് പോറ്റിവളർത്തിയ
കുഞ്ഞരിപ്രാവെവിടെ?
താഴും തകർത്തഴിക്കൂടും തകർത്തത്
കാടുകൾ തേടിപ്പോയെന്നോ?
(ആരോമൽ...)

സംഗീതം: ആർ. സോമശേഖരൻ

സീരിയൽ: സ്വന്തം

ആനന്ദസന്ധ്യേ! ആരോമൽ സന്ധ്യേ!
പൂമരച്ചില്ല നിനക്കുഞ്ഞാലിട്ടു
താമരപ്പൈങ്കിളിപ്പാട്ടു കേട്ട്
താളത്തിലാട്-ആടാട്!

പൊൻമലർവാക കുട നിവർത്തും
കുങ്കുമപ്പാടവരമ്പിലൂടെ
ആയില്യംകാവിൽ വിളക്കുവയ്ക്കാൻ-എന്റെ
ആരോമൽ സൗവർണ്ണ സന്ധ്യേ! വരൂ!

പൊന്മയിൽപ്പീലി നിവർത്തിയാടും
ചെമ്മുകിൽ മേയുന്ന മേട്ടിലൂടെ
നൂപുരമോഹനനാദവുമായ്-മണി-
ഗോപുരവാതിൽ തുറന്നുവരൂ!
(ആനന്ദസന്ധ്യേ...)

സംഗീതം: ആർ. സോമശേഖരൻ

സീരിയൽ: ചിറ്റ - ശീർഷകഗാനം

കല്പതരുക്കൊമ്പിൽനിന്നടർന്നുവീണതോ?–ദിവ്യ–
പുഷ്പമേ! നിൻ പൊന്നിതളൊന്നറ്റുപോയതോ?
എങ്കിലും നിൻമുഖസൗരഭം തേടി
വന്നുവോ, തെന്നൽതൻ കുമ്പിളും നീട്ടി?

ഏതു ശാപം നിന്നെ മണ്ണിൻ പൊൻമകളാക്കി?
ഏതു താപം നിന്റെ കണ്ണിൽ നീർമണിയായി?
ദേവദൂതി! നിന്നിലെഴും സ്നേഹമാരറിഞ്ഞു?
നിൻ നിഗൂഢനൊമ്പരങ്ങളാരറിഞ്ഞു?
(കല്പതരുക്കൊമ്പിൽ...)

ഏതൊരീണം നിന്റെ കാതിൽ തേൻകണമായി?
കാതിലേതു സ്നേഹമന്ത്രം മാധുരി തൂകി!
പൂർവജന്മപുണ്യമായ് ഈ ഭൂവിൽ നീയണഞ്ഞു!
നിന്റെയാത്മശോഭയാം നിലാവുതിർന്നു!
(കല്പതരുക്കൊമ്പിൽ...)

സംഗീതം: ആർ. സോമശേഖരൻ

സീരിയൽ: താലി - ശീർഷകഗാനം

താലി-പൂത്താലി-പൊ-
ന്നാലിലപ്പൂത്താലി!
പുത്തൻ കസവുടയാടയുമായ് വ-
ന്നെത്തും വസന്തയാമം!
നർത്തനകേളീലോലം!-ഋതു
നൃത്തവിലാസവിലോലം!

കിളിവാതിലുകളടയ്ക്കരുതേ-രാ-
ക്കുളിരലയൊഴുകിവരുമ്പോൾ!-
കിനാവുപോലെ രജനീഗന്ധികൾ
വിരിയും മണമൊഴുകുമ്പോൾ!
ഋതുശോഭകൾ-തിരുമുന്നിൽ
മധുരമനോഹരമാടുന്നു!

ഒരു ശാപത്തിന്നിടിവാൾ വീശി
ഇരുളുകയായീ ഭുവനം!
നിലാവുപെയ്യും മധുയാമിനികൾ
മറയുന്നണിയറയിൽ!
ഋതുമംഗളമലർനാളം
മതിലകവീഥിയിലുണരില്ലേ?
(താലി-പൂത്താലി...)

സംഗീതം: എം. ജയചന്ദ്രൻ

സീരിയൽ: ശ്രീരാമനും ശ്രീദേവിയും – ശീർഷകഗാനം

ശ്രീരാമകഥ പാടും കിളിപ്പെണ്ണേ! വാ!
ശ്രീദേവീപദം തേടും കിളിപ്പൂൺപേ! വാ!
അവർ വാഴും അയോദ്ധ്യ നീ കണ്ടുവോ?
അവർ പോയോരടവികൾ തളിർത്തോ വീണ്ടും?

അവർ വാർത്ത വിരഹാശ്രു സരയുവായീ–
നിളയായ്, കാവേരിയായി ഒഴുകുന്നിന്നും!
അവർ വീണ്ടും ഒത്തുചേരും ശുഭയാമങ്ങൾ
അവനിയിൽ വസന്തമായ് പൂ തൂകുന്നു!
(ശ്രീരാമകഥ പാടും...)

വില്ലൊടിച്ചു പൂമകളെ മാല ചാർത്തുന്നു!
നല്ലവനാം രാമനിന്നും കാടു ചുറ്റുന്നു!
ഋതുചക്രം തിരിയുംപോൽ കഥ നീളുന്നു!
അതു പാടാൻ കിളിമകളേ! പോരില്ലേ നീ!
(ശ്രീരാമകഥ പാടും...)

സംഗീതം: അസീസ് ബാവ

സീരിയൽ: കുടുംബവിളക്ക് - ശീർഷകഗാനം

എഴുതിരിയുള്ള വിളക്ക്-കുടുംബത്തിൽ
അഴകുമൈശ്വര്യവുമീ വിളക്ക്!
നമ്മുടെ കണ്ണിന്റെ കാഴ്ചയും കാന്തിയും
അമ്മയാം പൊൻവിളക്ക്!
(എഴുതിരിയുള്ള...)

വിണ്ണിലുഷസ്സെന്നപോലെ-അമ്മ
മണ്ണിൻ മണിദീപം!
മഞ്ഞുനീർത്തുള്ളിതൻ നെറ്റിയിലും-നറും-
കുങ്കുമം ചാർത്തുന്നൂ!
മൺതരിയെപ്പോലും പൊൻതരിയാക്കുവാൻ
മന്ദം തഴുകുന്നൂ!
(എഴുതിരിയുള്ള...)

വിണ്ണിനു പൗർണ്ണമിപോലെ-അമ്മ
മണ്ണിനു മാലേയം!
പാതിരാപ്പൂവിൻ ചൊടികളിലും-നറും-
പാൽക്കുഴമ്പാറുന്നൂ!
കൺമണിക്കുഞ്ഞിനെ പാലമൃതൂട്ടുവാൻ
കിണ്ണം നിറയ്ക്കുന്നു!
(എഴുതിരിയുള്ള...)

സംഗീതം: ആർ. സോമശേഖരൻ

സീരിയൽ: മരുഭൂമിയിൽ ഒരു പൂക്കാലം - ശീർഷകഗാനം

പൂക്കാലത്തിൻ പുകിലറിയാത്തൊരു
ഭൂമി!-ഇത് മരുഭൂമി!
കനവിലുമൊരു കണിമലർ വിരിയാത്തൊരു
ഭൂമി!-ഈ മരുഭൂമി!

ഇവിടെ രാവിനു കുളിരുണ്ടോ?
താരാട്ടാൻ രാക്കിളിയുണ്ടോ?
തഴുകും തണുത്ത കാറ്റുണ്ടോ?
(പൂക്കാലത്തിൻ)

നഗരപ്പെരുമകളറിയാതെ-ഒരു
നാടൻമൈന ചിലയ്ക്കുന്നു!
നാമറിയാതെ ചിരിക്കുന്നു-
നാലുമണിപ്പൂപോലെ!
വെറുതേ-കഥയറിയാതേ!
(പൂക്കാലത്തിൻ...)

പകലോൻ പൊന്നു വിതച്ച നിലം-ഇത്
പാഴിരുൾ കൊയ്യും പടുനിലമായ്!
ആരോ കൊയ്തു മെതിക്കുന്നു
താരകളാം കതിർമണികൾ
മേലേ-വയലുകൾ നീളേ!
(പൂക്കാലത്തിൻ...)

സംഗീതം: അച്ചു

സീരിയൽ: വസുന്ധരാ മെഡിക്കൽസ് – ശീർഷകഗാനം

വസുന്ധരേ! വസുന്ധരേ!
ഒരു കണ്ണിൽ കാരുണ്യപ്പൂനിലാവോ!
മറുകണ്ണിൽ പ്രതികാരത്തീക്കനലോ?
പറയൂ, നീ ശക്തിസ്വരൂപിണിയോ?
അരുമയാം സ്നേഹപ്രവാഹിനിയോ?
(വസുന്ധരേ! വസുന്ധരേ!)

വാത്സല്യത്തേൻകുളിരുറവോ?–നീ
വാർത്തിങ്കൾപ്പൂങ്കതിരോ?
ഉയിരിൽ ഒരു ദുഃഖജ്ജ്വാലയുമായ്
ഉടലാർന്ന ധർമ്മത്തിൻ ദേവതയോ?
(വസുന്ധരേ! വസുന്ധരേ)

നീ വിഷകന്യയോ, ചൊല്ലൂ–കരി–
നീല നിശീഥിനിയോ?
ഉതിരം പുരണ്ടൊരു ഖഡ്ഗവുമായ്
ഉഴറുന്ന രൗദ്രയാം ദുർഗ്ഗതാനോ?
(വസുന്ധരേ! വസുന്ധരേ!)

സംഗീതം: അച്ചു

സീരിയൽ: സ്നേഹാഞ്ജലി - ശീർഷകഗാനം

അഞ്ജലി-സ്നേഹാഞ്ജലി!
അഞ്ചിതസ്നേഹമരന്ദം ചൊരിയും
അഞ്ജലി-സ്നേഹാഞ്ജലി!

വഴിയേതെന്നറിയാതുഴറും
മിഴികളിലഞ്ജനമായ്
തളരും കഴലിന് തണല് വിരിക്കും
കനിവായ് പൂക്കണിയായ്
(അഞ്ജലി, സ്നേഹാഞ്ജലി...)

ചിറകുകൾ കുഴയും ചിങ്ങക്കിളിയെ
തഴുകും കുളിരലയായ്
നിഴലും വെയിലും കളമെഴുതും നട-
വഴിയിൽ പൂമഴയായ്
(അഞ്ജലി, സ്നേഹാഞ്ജലി...)

അനാഥമാനസബന്ധങ്ങൾക്കൊ-
രഭയകുടീരം തീർക്കൂ!
തകരും തന്ത്രി മുറുക്കുക, മീട്ടുക
തരളമനോഹരരാഗം!
(അഞ്ജലി, സ്നേഹാഞ്ജലി)

സംഗീതം: അസീസ് ബാവ

സീരിയൽ: സ്നേഹാഞ്ജലി

വരദേ! ശുഭദേ! കലാദേവതേ!
സ്വരസുധാമയീ! സരസ്വതീ!
കിളിമൊഴിയായ് മൃദുവീണാരവമായ്
കരളിൽ നിറയുക ദേവീ!-നിൻ
തരളിതമോഹനരാഗം!

ധവളനളിനസുമനിലയേ! ദേവീ!
തരിക കൃപാരസമൻപേ!
അകമിഴി തെളിയാൻ അരുളുക ദേവീ!
തവ കരുണാമൃതമംബികേ!
(വരദേ, ശുഭദേ...)

രജതകമലമതിൽ നിറയും മാധ്വീ-
രസമുതിരും മൊഴി തൂകി
മനതളിരിൽ നീ മരുവുക ദേവീ!
സുലളിതസുന്ദരരൂപിണീ!
(വരദേ, ശുഭദേ...)

സംഗീതം: അസീസ് ബാവ

സീരിയൽ: സ്നേഹാഞ്ജലി

ചിത്രലേഖേ! നീയെനിക്കൊരു
ചിത്രമെഴുതിത്തരുമോ?–ഞാൻ
സ്വപ്നം കാണും യുവകോമളനുടെ
അത്ഭുതമോഹനചിത്രം!

പോരിൽ ജേതാവായ് വരുമേതോ
ധീരപുരുഷൻപോലേ
അവൻ വരുംവഴി തുടുപുലർവെയിലൊരു
പരവതാനി വിരിക്കും!–കുരുവികൾ
കുരവയുമായെതിരേല്ക്കും!
(ചിത്രലേഖേ...)

ദേവകന്യകളവന്റെ മുന്നിൽ
പ്രേമവിവശകളാകും!
അവനെന്നരികിൽ അരുമായൊടെൻ പ്രിയ–
ഹരിണംപോൽ വന്നണയും!–എൻ കര–
വലയം പുല്കാനണയും!
(ചിത്രലേഖേ...)

സംഗീതം: അസീസ് ബാവ

സീരിയൽ: സ്നേഹാഞ്ജലി

സ്നേഹമാനസം ചൂടീ-ഒരു
മോഹസുന്ദരസൂനം!-അതു
തേൻകനിയാകും കാലം
കാറ്റ് താരാട്ടു പാടിയോ?
(സ്നേഹമാനസം ചൂടീ...)

ദേവദാരു തളിർത്തതോ-എന്റെ
കേവലാനന്ദം പൂത്തതോ?
മഴവില്ലിലെ നിറമാലയോ?-
പുലർവിണ്ണിലെ മലർത്താരമോ?
കിളിവാതിലിൻ പടിതന്നിലെൻ കിളി
പാടി: “രാരീരം രാരിരോ...”
(സ്നേഹമാനസം ചൂടീ...)

ഏതു പൂമടിത്തട്ടിലെൻ മണി-
പ്പൈതൽ കൊഞ്ചി മയങ്ങിയോ?
തളിർക്കൈവിരൽ നുകർന്നീടവേ,
ചൊടിതന്നിലായ് പൂവിടർന്നുവോ?
പ്രിയദേവദൂതികൾ വന്നു പൊൻമയിൽ-
പ്പീലി നീട്ടിയുഴിഞ്ഞുവോ?
(സ്നേഹമാനസം ചൂടീ...)

സംഗീതം: അസീസ് ബാവ

സീരിയൽ: മനസ്വിനി (ശീർഷകഗാനം)

ഏതും സഹിക്കും മനസ്വിനി നീ!
സ്നേഹതപസ്വിനി നീ!
താഴത്തുദിക്കും നിലാവായ് വാ!–മന–
താരിലുദിക്കും കിനാവായ് വാ!

മോഹത്തിൻ കദളീവനത്തിലൂടെ
സ്നേഹമലർക്കനി തേടി,
പാറിപ്പറന്നു പറന്നുവന്ന
പാവമിളംകിളിയേ!
വേദനതൻ കനി മാത്രം–മുന്നിൽ
നേദിച്ചു മുൾവനങ്ങൾ!
(ഏതും സഹിക്കും...)

കാനനപ്പൊയ്കതൻ പൊൻമകളാം
കാതരപുഷ്പത്തിൻ കാതിൽ
മോഹനമന്ത്രങ്ങളോതി മെല്ലെ
ഓരോ ശലഭവും പോയീ!
തീവെയിൽമുൾക്കിരീടം മാത്രം
വാഴ്വ് കനിഞ്ഞുനല്കീ!
(ഏതും സഹിക്കും...)

സംഗീതം: ആർ. സോമശേഖരൻ

സീരിയൽ: സഹധർമ്മിണി (ശീർഷകഗാനം)

താമരപ്പൂവേ! നീ എന്തിനായ് സൂര്യനെ
ധ്യാനിച്ചൊരേ നില്പ് നിന്നു?
സൂര്യനെ–സൂര്യനെ മാത്രം–മിഴികളാൽ
ആരതിയുഴിഞ്ഞു നീ നിന്നു!
    സ്നേഹിച്ചുതീരാത്തൊരാത്മാവുമായ് നിന്റെ
    ദേവനെ ധ്യാനിച്ചു നിന്നു

"ധർമ്മം ചര–സഹധർമ്മം ചര"–മന്ത്ര–
മർമ്മരം നെഞ്ചിൽ തുടിക്കേ,
ഏകാഗ്രമാനസയായി നിൻ നാഥന്റെ
ചേവടി നോക്കി നീ നിന്നു!
നിന്നു–ഒരേ നില്പ് നിന്നു!

(താമരപ്പൂവേ...)

കത്തിജ്വലിച്ചുവോ മറ്റൊരാളിൻ കരം
വസ്ത്രാഞ്ചലത്തിൽ പിടിക്കേ,
സ്നേഹിച്ച സൂര്യന്റെയാതപജ്ജ്വാലയിൽ
ദേവി, നീ കത്തിയെരിഞ്ഞു!
മെയ്യും ഉയിരും കരിഞ്ഞു!

(താമരപ്പൂവേ...)

സംഗീതം: ആർ. സോമശേഖരൻ

സീരിയൽ: കൊച്ചു കൊച്ചു സ്വപ്നങ്ങൾ - ആകാശവാണി

ഇളനീർക്കരയുടെ സ്വപ്നവനങ്ങളിൽ
ഇളമാൻകിടാവായ് നീ വന്ന നാളിൽ
തരുലതാരാജികളാകെത്തളിർത്തു!
കരളിലെ കാർകുയിൽ പാടിത്തിമിർത്തു!
'കുഹൂ-കുഹൂ-കുഹൂ!"

മുല്ലകൾ-പൊന്നരിമുല്ലകൾ പൂവിടും
വല്ലീനികുഞ്ജത്തിനുള്ളിൽ
കാണാതൊളിക്കുന്ന തെന്നലും തേനൂറും
ഈണമൊന്നുച്ചത്തിൽ മൂളീ!
അറിയാതേ-ഏതു-
മറിയാതേ!....
(ഇളനീർക്കരയുടെ...)

കൊന്നകൾ പൂവിടും കുന്നിന്റെ നെറ്റിയിൽ
ചന്ദനം ചാർത്തുന്നതാരോ!
താനേ തുളുമ്പുന്ന മാനസരാഗത്തിൻ
താമരത്തേൻകുളിരാണോ?
അറിയാതേ-ഏതു-
മറിയാതേ!...
(ഇളനീർക്കരയുടെ...)

സംഗീതം: എം. ജി. രാധാകൃഷ്ണൻ

വിഷുപ്പാട്ട് – I

പൊന്നുഷസ്സ് വിണ്ണിലൊരു
കൊന്ന പൂത്തപോലെ!
ഉഷമലരീ! കണിയൊരുങ്ങീ
ഉണരുണരൂ വേഗം!

ഉതിമലയിൽ പകലവന്റെ
കനകമണിത്തേര്!
കനകമണിത്തേരിറങ്ങിയ
കാവ്യദേവതപോലെ
വന്നതാരെൻ മുന്നിൽ?–നീയേ
എന്റെ പൂക്കണിയായീ!

എഴുതിരിപ്പൊൻനിലവിളക്കിൽ
മിഴി തെളിയുംപോലെ,
മിഴിയിണയിൽ പൊൻകിനാവിൻ
മീനുണർന്നപോലെ
നിന്നതാരെൻ മുന്നിൽ!–നീയേ
എന്റെ പൂക്കണിയായീ!

വിഷുപ്പാട്ട് - II

തിങ്കൾത്തിരുതിലകം ചാർത്തിയ
മംഗലരാവു മറഞ്ഞു-
പുള്ളുകൾ പാടിയുണർത്തിയ മേട-
പ്പൊൻപുലർവേളയണഞ്ഞു
ഒരു പൊന്നുരുളികണക്കേ-ഉദയ-
ക്കതിരോൻ വിണ്ണിലുയർന്നു!

കൊന്നപ്പൂവിൻ കാന്തി കവർന്നൊരു
പൊൻവെയിലിൻ പുഴയോരം
വെള്ളരിവള്ളികൾ പൊന്നുണ്ണികളെ
മെല്ലെത്തഴുകും തീരം-
ഇവിടെപ്പാടാൻ വരിക വിഷുക്കിളി
"വിത്തും കൈക്കോട്ടും!"

കണ്ണിൽദെണ്ണപ്പൂക്കളിൽ നോക്കി
കണ്ണു ചുവന്നൊരു പക്ഷീ!
നിൻമിഴിയിൽ കുളിർ ചുരന്നുനില്പൂ
കണ്ണാന്തളികൾ നീളേ!
അഴകിൻ നാഗപ്പാലകൾ മലരണി
മുത്തുകൾ തൂകുന്നു!

വിഷുപ്പാട്ട് - III

ഈ മലർക്കൊന്നകൾ പൊന്നുരുക്കുന്നതെൻ
ഓമനയ്ക്കായ് താലിമാല തീർക്കാൻ!
തങ്കക്കസവിഴ പാകി പുളിയില-
പ്പൊൻകരയുള്ള പുടവ നെയ്യാൻ!

സ്നേഹതാപം പൂണ്ട കാമുകൻപോലെയീ
വേനൽ നിൻ വാതില്ക്കൽ വന്നു!
കല്പടവിൽ പാദമുദ്രകളോരോന്നും
കല്ഹാരപുഷ്പങ്ങളായീ!
വാതിൽ തുറന്നു വരൂ-ഒരു
മാദകസ്വപ്നംപോലേ!

നോവിന്റെ മുള്ളുകൾമീതേ വിടർന്നൊരു
പൂവിന്റെ സൗരഭം തേടി
തപ്തമാമാത്മാവിൽ നിന്നേക്കുറിച്ചെഴും
സ്വപ്നങ്ങൾ പാടുകയായീ!
ആ നല്ല പാട്ടു കേൾക്കാൻ-എന്റെ
മാറോടു ചേർന്നു നില്ക്കൂ!

വിഷുപ്പാട്ട് - IV

മേടപ്പുലർകാലക്കാറ്റേ! വാ!-മലർ-
മേടുകൾ ചുറ്റുന്ന കാറ്റേ! വാ!
മേലേക്കിഴക്കേ മാമലയിൽനിന്നും
ഏലത്തിൻ ഗന്ധവുമേറ്റി നീ വാ!

മാമ്പൂക്കുളുർമണമേറ്റി വാ വാ!-തളിർ-
മാതളച്ചില്ലയിലാടി വാ വാ!
ഈ വയലോരത്തെയുണ്ണിപ്പൂക്കൾക്കു
നാവോറു പാടുവാൻ കാറ്റേ! വാ!
പള്ളിച്ചിലമ്പിൻ ചിരിയായ് വാ!
തുള്ളിയുറഞ്ഞേ വാ!

പുള്ളോർക്കുടത്തിന്റെ പാട്ടുമായ് വാ!-വീണ
ക്കുഞ്ഞിനെ കൊഞ്ചിച്ചു തുള്ളാൻ വാ!
ഏഴല്ലേഴായിരം കൊന്നപ്പൂത്തിരി
ശ്രീലകം നീളെക്കൊളുത്താൻ വാ!
വെള്ളിച്ചിലമ്പുമിട്ടോലോലം വാ!
ചെല്ലക്കുളിരേ! വാ!

സീരിയൽ: സ്വാമി അയ്യപ്പൻ

അളിവേണി! നിനക്കേറ്റം
പ്രിയതരമീ ചമ്പക-
കലികകൾ കൺതുറന്നു തിരയുന്നാരേ?

മധുപാനലോലരാമീ
പരഭൃതഗണമേറെ
മധുരമായിന്നു കൂകിത്തിമിർപ്പതെന്തേ?

ഋതുരാജരഥമേറി
വരുന്നാരോ-വസുധയെ
നവജാതസുമങ്ങളാലലങ്കരിക്കാൻ!

മധുമതി, മലർമിഴി,
കളവാണി, മുകിൽവേണി,
മധുമാസമഹോത്സവമണയുകയായ്!!!

സംഗീതം: എം. ജി. രാധാകൃഷ്ണൻ

സീരിയൽ: സ്വാമി അയ്യപ്പൻ

തപ്പുകൊട്ടി തരികിടതോം!-
തകിലുകൊട്ടി തിമിതിമിതോം!
നെർത്തമാടാനൊരുങ്ങി വാ നാത്തൂനാരേ!

ഉതിമലയിൽ പുലരിപ്പെണ്ണിൻ
തിരുവയറൊഴിഞ്ഞൊരുണ്ണി-
ക്കതിരോനെക്കണ്ടുണരോ നാത്തൂനാരേ!

ഉണ്ണിക്കു കാഴ്ചവയ്ക്കാൻ പൊന്നു വേണ്ടേ?
പൊന്നില്ല, തേനും വയമ്പുമൊണ്ടേ!
ഉണ്ണിയ്ക്കരഞ്ഞാണച്ചരടു വേണ്ടേ?
മന്ത്രച്ചരടുണ്ടേ നാത്തൂനാരേ!
നാവേറും കണ്ണേറും തട്ട്യാലോ-നമ്മുടെ
തേവർക്കിളന്നീർ നേത്യമുണ്ടേ!

സംഗീതം: എം. ജി. രാധാകൃഷ്ണൻ

സീരിയൽ: സ്വാമി അയ്യപ്പൻ

പന്തളഭൂപതിതൻ അങ്കണം തന്നിലിന്നു
പന്തടിച്ചാടാൻ വരൂ മങ്കമാരേ!
ഉത്സവമായ്-എതിരേല്പുത്സവമായ്!
കൊമ്പും കുറുകുഴലും മദ്ദളം തിമിലയും
ഇമ്പത്തിലിടയ്ക്കയും ഇലത്താളവും
ഒന്നിച്ചു തോറ്റും നാദബ്രഹ്മത്തിൻ ലഹരിയിൽ
വന്നൂ സുമംഗലിമാർ നൃത്തമാടാൻ!
ശ്രീലകത്തിനു കെടാദീപമായ് വരും കർമ്മ-
ധീരനാമുണ്ണിക്കിന്നു വരവേല്പ്!

വരവേല്പ്!-ഇന്നു വരവേല്പ്!
കുരവയുമാർപ്പുമായ് വരവേല്പ്!
കുഴലൂതി, കുടമൂതി, വരവേല്പ്!-എന്തേ
കുയിലമ്മേം മയിലമ്മേം കൂടെ വരില്ലേ?

സംഗീതം: എം. ജി. രാധാകൃഷ്ണൻ

സീരിയൽ: സ്വാമി അയ്യപ്പൻ

താഴത്തുദിച്ചൊരു തങ്കനിലാവേ!
രാരിരം രാരിരം രാരോ!
താർമകൾതൻ കളിത്താമരപ്പൂവേ!
രാരിരം രാരിരം രാരോ!
നീലവാനിന്റെ പൊന്നമ്പിളിക്കുഞ്ഞേ!
രാരിരം രാരിരം രാരോ!
നീരാമ്പൽപ്പൂവിലെ നീർമണിമുത്തേ!
രാരിരം രാരിരം രാരോ!

കുഞ്ഞുറക്കത്തിൽ നീ പുഞ്ചിരിക്കുമ്പോൾ
പൊൻതരി തേനിലുരച്ചപോലെ!
ശംഖുചക്രങ്ങൾതൻ ചന്തമെഴും മുദ്ര
പിഞ്ചുകൈവെള്ളയിൽ കണ്ടുവല്ലോ!
വിണ്ണിൽനിന്നും ദേവകന്യമാരേ!–ഈ
ഉണ്ണിക്ക് രാരിരം പാടിവായോ!
രാരിരം രാരിരം രാരിരാരോ!
രാരിരം രാരിരം രാരിരാരോ!

സംഗീതം: എം. ജി. രാധാകൃഷ്ണൻ

കേരളഗാനം

പല്ലവി:

കേരളം! ഗിരിനിരകൾ കാത്തരുളുന്ന സുന്ദരകേരളം!
കേരളം! കടൽ പെറ്റ മറ്റൊരു പൂമകൾതന്നാലയം!
കേരളം! മുകിൽനിരകളിൽ മഴവില്ല് പൂക്കും പൂവനം!
കേരളം! മാവേലി വാണു മനോജ്ഞമാക്കിയ മതിലകം!

അനുപല്ലവികൾ:

ഖണ്ഡം 1

ഇതിഹാസകഥകൾതൻ പൊരുളു തേടി
ഇവിടെയല്ലോ തുഞ്ചന്റെ കിളിമകൾ പാടീ
കദനത്താൽ ജനകനന്ദിനി വാർത്ത കണ്ണീരും
കദളിത്തേനായ് മനസ്സിൽ പകർന്നുപാടീ.

ഖണ്ഡം 2

ഇവിടെയല്ലോ കുഞ്ചന്റെ കവിതക്കന്നി
കളിത്തട്ടിൽ കച്ചമണി കുലുങ്ങിയാടീ!
ഇവിടെയല്ലോ വടക്കൻപാട്ടുറഞ്ഞുതുള്ളി,
കലികൊണ്ടു കളരിയങ്കക്കഥകൾ പാടീ!

ഖണ്ഡം 3

ഇവിടെയല്ലോ തെയ്യങ്ങൾ തെളിഞ്ഞുതുള്ളീ!
ഇവിടെ നിളാദേവിയും തിരുവാതിരയാടീ!
പെരിയാറുമദ്വൈതഗീതികൾ പാടീ!
തിരുപുള്ളോർക്കുടം പാടീ; ഉടുക്കു പാടീ!

ഖണ്ഡം 4

ഒരു ജാതി, മതം, ദൈവം നമുക്കെന്നോതി,
ഗുരുദേവനൊരു ശിലയെ ശിവനായ് മാറ്റി.
ഇവിടെയല്ലോ അടിയാളരുണർന്നു നാടിൻ
അധികാരക്കതിർ കൊയ്യാനരിവാളേന്തി!
(കേരളം! ഗിരിനിരകൾ...)

*

കാറ്റും കടലുമിക്കായൽത്തിരകളും
ആറ്റക്കിളിയും കുയിലുകളും
അമ്പലപ്രാവുമീ പൊന്നാമ്പൽപ്പൂക്കളെ
ചുംബിച്ചുണർത്തും പൂത്തുമ്പികളും
നെഞ്ചിൽ തിരുമുറിവോലും മുളകളും
പുഞ്ചക്കതിർ കൊയ്യും തത്തകളും
ഒന്നിച്ചു പാടിത്തിമിർക്കും പുലരികൾ
സന്ധ്യകൾ വന്നുപോമീ നാട്!
മാലോകരെല്ലാരുമൊന്നുപോൽ വാണൊരാ
മാവേലിക്കാലത്തെയോർക്കും നാട്!
ദൈവത്തിൻ കയ്യൊപ്പൊരായിരം പൂക്കളായ്
തൈമണിത്തെന്നലിലാടും നാട്!
(കേരളം! ഗിരിനിരകൾ...)

*

ചിങ്ങക്കിളി പാടിവരുമ്പോൾ
പൊന്നോണം കൂടെ വരും
പാടങ്ങൾ പാൽക്കതിരണിയേ
പാടുന്നു നിലാപ്പക്ഷി!
ആതിരതൻ കുളിരും ചൂടി-
യാടുന്നു സുമംഗലിമാർ!!
മണ്ണിന്നാത്മാവിലെഴുന്നൊരു
പൊന്നുരുകും മേടത്തിൽ

കൊന്നമലർക്കിങ്ങിണിമണികൾ
കൺനിറയെക്കണിയാകും!
ഉള്ളിലെഴും നോവുകളുരുകി
തുള്ളിക്കു കുടം പെയ്യും!
കർക്കിടകപ്പേമഴ തോരും!
പുത്തൻപുലർവേള വരും!

(കേരളം! ഗിരിനിരകൾ...)

സങ്കീർത്തനം

സ്നേഹമാണു നീ! സീമയറ്റൊരു
സ്നേഹസാഗരമാണു നീ!
ദേവ! നീ ദയയാണ്, ഞങ്ങൾതൻ
വേദനകൾക്ക് സാന്ത്വനം!
സാന്ത്വനം-ശുഭസാന്ത്വനം!
(സ്നേഹമാണു നീ...)

നീ വരിച്ചൊരാ പീഢനങ്ങൾ, ക-
ണ്ണീരൊടേ ഞങ്ങളോർക്കയായ്!
ആയിരം തൊഴുകൈകളാ ക്ഷത-
പാദപത്മദലങ്ങളിൽ
ഞങ്ങളർപ്പിക്കയാണിതാ നാഥ!
ഞങ്ങളിൽ കനിയേണമേ!
(സ്നേഹമാണു നീ...)

ദേവ! നിൻ ഗിരിഗീതതൻ പൊരുൾ
തേടിയെത്തുകയാണിവർ!
നീ വഴിയും വഴിവിളക്കുമാ-
ണീയനന്തമാം യാത്രയിൽ!
നിർമ്മലാത്മാവേ, ഞങ്ങൾ പ്രാർത്ഥിപ്പൂ:
"നിന്റെ രാജ്യം വരേണമേ!"

സങ്കീർത്തനം

ചെന്നിണമൂറുന്ന നിൻ തിരുമുറിവിലെ
നൊമ്പരമേറ്റുവാങ്ങുംപോൽ
കത്തും മെഴുതിരി കൈനീട്ടിനില്ക്കുന്ന
ഭദ്രാസനത്തിനു മുന്നിൽ
കുമ്പിട്ടു പ്രാർത്ഥിപ്പൂ ഞങ്ങൾ!
അമ്പുറ്റ ശ്രീയേശുനാഥാ!

ചുറ്റിലും മുള്ളുകൾ നിന്നു ഞെരിക്കുന്ന
വിത്തുപോൽ വീർപ്പുമുട്ടുമ്പോൾ
രക്ഷാകവചമായ്ത്തീരണേ നിന്നിലെ
വിശ്വാസം ഞങ്ങൾക്കു നാഥാ!
കുമ്പിട്ടു പ്രാർത്ഥിപ്പൂ ഞങ്ങൾ!
അമ്പുറ്റ ശ്രീയേശുനാഥാ!

മണ്ണിലും വിണ്ണിലും നിൻ തിരുനാമത്തിൻ
മംഗളസങ്കീർത്തനങ്ങൾ
കാറ്റിലും പൈങ്കിളിപ്പാട്ടിലും കേൾക്കവേ:
ഏറ്റുപാടുന്നിതാ ഞങ്ങൾ!
കുമ്പിട്ടു പ്രാർത്ഥിപ്പൂ ഞങ്ങൾ!
അമ്പുറ്റ ശ്രീയേശുനാഥാ!

സങ്കീർത്തനം

അറിയാതെപോലുമൊരപരാധംചെയ്യുവാൻ
അകതാരിൽ തോന്നരുതേ-ഇവർ-
ക്കകതാരിൽ തോന്നരുതേ!
ദുരിതദിനങ്ങളിൽ നിന്നെത്തിരഞ്ഞിവർ
ഇരുകൈയും നീട്ടുന്നു നാഥാ!
നാഥാ!-യേശുനാഥാ!

ഇരുപാടും പാപത്തിൻ പൂക്കൾ ചിരിക്കുമീ
ഇടവഴിത്താരകൾ താണ്ടി,
ഇടറാതെ, പതറാതെ, നിന്റെ രാജ്യത്തിലേ-
ക്കിവരെ നടത്തേണമേ!
നീയേ അഭയം നാഥാ!
നീയേ ആശ്രയം നാഥാ!
നാഥാ! യേശുനാഥാ!

പതിതർതൻ മുറിവുകൾ തഴുകി നീ സാന്ത്വനം
പകരുന്നു പരമദയാലോ!
സഹനത്തിലൂടാത്മപരിശുദ്ധി കൈവരാൻ
സദയമനുഗ്രഹിക്കൂ!
നീയേ ഞങ്ങൾക്കിടയൻ!
നീയേ ആലയം നാഥാ!
നീയേ! യേശുനാഥാ!
നാഥാ! യേശുനാഥാ!

പകലിന്റെയറുതിയിൽ വാടിക്കൊഴിയുന്ന
വയലിലെ പൂപോലീ ജന്മം!

പരിശുദ്ധാത്മാവിങ്കൽ വിലയിക്കുവാനിതാ
കരൾ നൊന്തു പ്രാർത്ഥിക്കുന്നു!
നീയേ ഞങ്ങൾ തിരയും
നിത്യമാമാലയം നാഥാ!
നാഥാ! യേശുനാഥാ!

സങ്കീർത്തനം

പള്ളിമണികൾ പാടീ–പാടീ
സ്വർല്ലോകനാഥനെ വാഴ്ത്തി
കാറ്റും കടലും കാടും മേടും
ഏറ്റുപാടുകയായീ–ഞങ്ങളും
ഏറ്റുപാടുകയായീ!

അന്യർക്കായി കുരിശു ചുമന്നൊരു
കന്യാസുതനെ വാഴ്ത്തീടാം!
ജപമണിമാലയിലോരോ മണിയും
വിരലിൻ തുമ്പാലെണ്ണി
ഉരുക്കഴിക്കുക നാമിന്നവരുടെ
പാവനമാം തിരുനാമം!

കൈകളിലാണിപ്പഴുതുകളോടെ
കണ്ണിൽ കനിവിന്നുറവോടേ
ഉടലാകെ തിരുമുറിവുകളോടെ
കുരിശിൽനിന്നാ രൂപം
ഉയിർത്തെഴുന്നേല്ക്കണമേ!–ഇവരുടെ
നോവുകൾ പൂവിടുമാത്മാവിൽ!

ദീപവുമേന്തി പുതിയൊരു വരവിനു
പാതയൊരുക്കാൻ പാടിവരാം!
ഇതിലേ ഇതിലേ എഴുന്നള്ളണമേ
ഭുവനത്തിന്നധിനാഥാ!
നിനക്കു സിംഹാസനമീ ഹൃദയം
നിത്യനിരാമയനാഥാ!

സങ്കീർത്തനം

മുള്ളുകൾ കുത്തി ഞെരിക്കുന്ന വിത്തിന്റെ
ഉള്ളിലെ വേദനയോടേ,
പ്രാർത്ഥിക്കുകയാണു ഞാൻ-നീയീയാത്മാവിന്
കൂട്ടായിരിക്കണമേ!-എന്നും
കൂട്ടായിരിക്കണമേ!

താലത്തിൽ പാപക്കനികളുമായ് വന്നു
താളത്തിലാടും പ്രലോഭനങ്ങൾ
ഞാനറിയാതെന്നെയേതോ നരകത്തിൻ
ആഴത്തിലേക്ക് നയിച്ചിടുമ്പോൾ,
നിൻ വചനത്തിന്റെ ദീപമെന്നാത്മാവി-
നെന്നെന്നും നേർവഴി കാട്ടണമേ!

നീയേ ദയാപരൻ! നീയേ പ്രഭാമയൻ!
നീയേ പ്രപഞ്ചത്തിന്നേകനാഥൻ!
നീയേ അനന്തസന്താപസമുദ്രത്തിൽ
നീന്തുവോർക്കാശ്രയമായ നൗക!
നീയാണപാരത!-നീയേ ചൊരിയുന്നു
നീറുമാത്മാവിന്നമൃതബിന്ദു!

(മുള്ളുകൾ...)

ക്ലാസ്സിക്കൽ കീർത്തനം

ഗായതി മധുരം തവ നാമം–രഘു–
രാമ! ജഗദഭിരാമ!
ഇലകളിൽ മധുരം കിനിയും കാഞ്ഞിര–
തരുവിൽ മരുവും ഗുരുവിൻ ശാരിക!
(ഗായതി മധുരം...)

സാകേതാധിപ! സീതാവല്ലഭ!
രാകാചന്ദ്രസമാനന, പാവന!
നിളയുടെ തീരം മറ്റൊരു സരയൂ–
പുളിനംപോലെ ധ്യാനവിലീനം!
(ഗായതി മധുരം...)

നാരദകരപരിലാളിതവീണാ–
നാദശ്രുതിലയമോദസമേതം
ശ്രവണമനോഹരമാമൊരു ഗീതം
സതതം കേൾപ്പൂ സാമ്യവിഹീനം!
(ഗായതി മധുരം...)

സംഗീതം: യേശുദാസ്

ക്ലാസ്സിക്കൽ കീർത്തനം

അംബികേ, മൂകാംബികേ!
അൻപൊടു നാവിൻതുമ്പത്തരുളുക
അംബികേ, മൂകാംബികേ!

അകമിഴിയാകും അഞ്ജനമലരിൽ
അറിവായ് നിറയൂ, നിറയൂ!
നാദമനോഹരരൂപിണി! മോഹവി–
നാശിനി! വാങ്മയി! വരദേ!
(അംബികേ, മൂകാംബികേ...)

വീണാവാദനലോലേ!
വാണീമാതേ! മഹിതേ!
നളിനദലായത മോഹനനയനേ!
ധവളമനോഹരവസനേ!
(അംബികേ, മൂകാംബികേ...)

വരപ്രദായിനി! വാണരുളീടുക
സതതം മാമകഹൃദയേ
തിരുവിരൽ മീട്ടും വീണയിലെന്നുടെ
സിരകൾ തന്തികളാക്കൂ!
(അംബികേ, മൂകാംബികേ...)

സംഗീതം: യേശുദാസ്

ക്ലാസ്സിക്കൽ കീർത്തനം

പ്രസീദ ദേവീ കൈരളീ!
മഹിതദ്രാവിഡകുലജാതേ!
സംസ്കൃതഗംഗാതീർത്ഥസ്നാതേ!
മലയജമംഗളപരിമളകലിതേ!
മധുരസ്വരഭരിതേ!
(പ്രസീദ...)

വയലിൽ പാടും കിളി ഞാൻ–തേനും
വയമ്പുമേകൂ ദേവീ!
തിരുമുറിവോലും മുള ഞാൻ–എന്നിൽ
സ്വരസുധയായ് നിറയൂ!
(പ്രസീദ...)

കണ്ണീർക്കടലിൻ കരയിലിരുന്നൊരു
വർണ്ണം പാടാൻ വരമേകൂ!
പാടിപ്പാടി സ്നേഹനിലാവായ്
ഞാനലിയട്ടേ ദേവീ!
(പ്രസീദ...)

സംഗീതം: യേശുദാസ്

സാക്ഷരതാഗാനം

നിറതിങ്കൾക്കുടം ചോർന്നു
   നറുനിലാപ്പാലൊഴിഞ്ഞു;
ഒരു രാവിൽ പാലുമില്ലാ
   കുടവുമില്ലാ!
അറിവിന്റെ നിലാപ്പാല്
   പകർന്നാലും പകർന്നാലും
ഒരുനാളും ഒരുതുള്ളി
   കുറയുകില്ലാ!
(നിറതിങ്കൾക്കുടം...)

അറുപത് കഴിഞ്ഞിട്ടും
   അറിവൊരു തുള്ളികൂടി
തരികെന്നെന്നിലെപ്പൈതൽ
   കരയുന്നല്ലോ!
അറിഞ്ഞതത്രയും തുച്ഛം!
   അറിയുവാനേറെ!–കുഞ്ഞി–
ച്ചിറകിനാലപാരത–
   യളക്കാൻ മോഹം!
(നിറതിങ്കൾക്കുടം...)

ഇരുളിലെൻ മനസ്സിന്റെ
   മുളംകൂട്ടിൽ വെളിച്ചത്തിൻ
നുറുങ്ങുപോലൊരു മിന്നാ–
   മിനുങ്ങു വന്നു
പറയൂ, നീ, വെളിച്ചത്തിൻ
   തമ്പുരാനാം സൂര്യനിങ്ങു
പറഞ്ഞയച്ചതല്ലേ? എൻ–
   കൺവെളിച്ചമായ്?

ക്ലാസ്സിക്കൽ കീർത്തനം

മാമവ മാധവ ശൗരേ!
ശ്രീഗുരുപവനപുരേശ, മുരാരേ!
മാമവ! മാധവ! ശൗരേ!

ഉദയമയൂഖം കളഭം ചാർത്തിയ
കൊടിമരമഴകിൽ കാണേണം!-
കണി കാണേണം!
കനകക്കസവുടയാടയണിഞ്ഞൊരു
കർണ്ണികാരതരുപോലേ!
(മാമവ മാധവ! ശൗരേ...)

ഹൃദയമയൂരം നടനംചെയ്‌വൂ
തവ തിരുനടയിൽ കാർവർണ്ണാ!-
കാർമുകിൽവർണ്ണാ!
ഇതിലൊരു പീലിയെടുത്തണിയൂ നിൻ
ഇന്ദ്രനീലമണിമുടിയിൽ!
(മാമവ മാധവ! ശൗരേ...)

സംഗീതം: ഓമനക്കുട്ടി

ക്ലാസ്സിക്കൽ കീർത്തനം

ഋതുമംഗളമധുഗീതികൾ
ചൊരിയൂ വരവീണേ!
കരുണാമയി ഭുവനേശ്വരി
തഴുകും മണിവീണേ!

ഹരനും ഗിരിസുതയും ചേർ-
ന്നമരും ലയസദൃശം
പൊരുളും തിരുമൊഴിയും ചേർ-
ന്നുരുവായൊരു ഗീതം
  സുഖദം മധുമധുരം നീ
  ചൊരിയൂ വരവീണേ!

സംഗീതം: ഓമനക്കുട്ടി

ക്ലാസ്സിക്കൽ കീർത്തനം

ശ്രാവണശുഭരജനിയിലാകാശമായ് വരൂ! ശുഭ-
രജനിയിലാകാശമായ് വരൂ!

ശ്യാമമനോഹരഗാത്രം–ഭസ്മം
പൂശി നിലാവാൽ;
ഭാവിതകോകില നിനദം
നിറയൂ നീ മഹാകാശം!

താരകൾ പൂജാനിരതം
പാണികൾ മുകുളീകൃതം
ഹിമകണമാലാകലിതം
പ്രിയതരവില്വപത്രം!

ഡമരുകരവമോ കാറ്റിൽ
തരുദലമർമ്മരമായീ!
ഗൗരീവദനസമാനം
വരവായ് ശ്രീ ശശിബിംബം!

സംഗീതം: ഓമനക്കുട്ടി

ഒരു വിദ്യാലയഗീതം

കാട്ടുപൂക്കൾ ഞങ്ങൾ നിന്റെ തോപ്പിലെ കുരുന്നുകൾ!
കാറ്റു പാടും നിന്റെ കീർത്തനങ്ങൾ കേട്ടുണർന്നവർ!
ഇപ്രപഞ്ചസൃഷ്ടി ചെയ്യുമപ്രമേയശക്തിതൻ
സുപ്രകാശദർശനത്തിനായ് തപസ്സുചെയ്യുവോർ!

നിൻഗുണങ്ങൾ വാഴ്ത്തുവാനിവർക്കു ശക്തി നല്കണം!
നിൻ മനോജ്ഞശാന്തിയെന്നും ഞങ്ങളിൽ തളിർക്കണം!
നന്മതൻ സുഗന്ധമെന്നും ഞങ്ങളിൽ ചൊരിയണം!
നിന്റെ കാന്തികന്ദളങ്ങൾ ഞങ്ങളിൽ തുടിക്കണം!

അന്യദുഃഖമെന്നുമേ സ്വദുഃഖമായ് വരിക്കണം!
അന്യർതൻ സുഖത്തിനായ് സ്വകർമ്മമാചരിക്കണം!
വിണ്ണിലെ വിളക്ക് സൗരബിംബമെന്നപോലവേ,
മണ്ണിലെ വിളക്ക് സ്നേഹമൊന്നുതാനെന്നോർക്കണം!

ഭൗമമായ ശാസ്ത്രവും അഭൗമമായ സത്യവും
നിർമ്മല! നിരാമയ! നീ ഞങ്ങളിൽ പകരണം!
മഞ്ഞുതുള്ളിയിൽ പ്രഭാതരശ്മിപോലെ ഞങ്ങൾതൻ
നെഞ്ചിനുള്ളിൽ നിൻ പ്രഭാവമെന്നുമേ ജ്വലിക്കണം!
(കാട്ടുപൂക്കൾ ഞങ്ങൾ...)

ഗസൽ

മധുരം ബാംസുരിനാദം!
മനസ്സിൽ വൃന്ദാവനസാരങ്ഗീ-
മധുരം ബാംസുരിനാദം!

രംഗമിതാനന്ദസാന്ദ്രം!
സംഗീതാമൃതസാന്ദ്രം!

പദമുദ്രകളാൽ പത്മം ചാർത്തി
പടവുകൾ കയറിവരൂ നീ
കളം വരയ്ക്കുക, മണിനഖമുതിരും
കനകമരീചികളാലേ!-ആ
കനകമരീചികളാലേ
മഹിതേ, ലളിതേ, കവിതേ!

തുടുത്ത മുന്തിരിവള്ളിക്കുടിലിൽ
വിളക്കു വച്ച നിലാവിൽ
അടുത്തിരുന്നൊരു കഥ പറയില്ലേ?
അലർശരദൂതികയല്ലേ?-നീ
അലർശരദൂതികയല്ലേ?
സുഖദേ, ശുഭദേ, കവിതേ!

മനസ്സരസ്സിലെയരയന്നം നീ-
അലസം നീന്തിവരുമ്പോൾ,
കിളുന്നുതാമരയല്ലികളാലൊരു
വിരുന്നു നല്കാം ഞാൻ!-തേൻ-
വിരുന്നു നല്കാം ഞാൻ!
ഹൃദയേശ്വരിയാം കവിതേ!

സംഗീതം: ഉമ്പായി

ഗസൽ

പൂവുകൾ സാക്ഷി! പൂർണ്ണേന്ദു സാക്ഷി!
ആയിരം താരകൾ സാക്ഷി!
സ്നേഹം ജ്വലിപ്പിക്കും അഗ്നിതൻ ചുറ്റും നാം
ഏഴു ചുവടു വച്ചൂ!-നാം
ഏഴു ചുവടു വച്ചൂ!

നീ വന്ന നേരമെൻ മൺപുരയും ഒരു
ദേവാലയമായ്, നീ ദേവതയായ്!
മണ്ണിന്റെയോമനപ്പൊൻമകളേ! നീയെൻ
കണ്ണിലെ കവിതയായി!
മുറ്റത്തെ ചമ്പകം പൂത്തുലഞ്ഞൂ!-നമ്മിൽ
മൊട്ടിട്ട പുളകങ്ങൾപോലേ!

നാമറിയാതെയീ പ്രാണതന്തുക്കളിൽ
പ്രേമാനുഭൂതികൾ പെയ്തിറങ്ങീ!
നിന്നേകതാരയിൽ മറ്റൊരു തന്തിയായ്
എന്നെയും ചേർത്തിണക്കൂ!
രണ്ടു മൺവീണകളല്ലിനി നാം!-ഒരേ
ബന്ധുരസ്നേഹസംഗീതം!

(പൂവുകൾ സാക്ഷി...)

സംഗീതം: ഉമ്പായി

ഗസൽ

ഭൂമിതന്നനുരാഗദൂതുമായെത്തുമീ
പൂവുകൾക്കെന്തൊരു സൗന്ദര്യം
എൻനേർക്കെഴും നിൻ നിഗൂഢമാം സ്നേഹത്തി-
നെൻസഖീ! എന്തൊരു സൗരഭ്യം!
സൗ–ര–ഭ്യം...!

മഞ്ഞുപൊഴിയുന്ന രാത്രിയായീ!–നിന്റെ
മന്ദിരജാലകപ്പിന്നിലായി
നിന്നെരിയും മണിദീപമായി
നിർന്നിദ്രമോമനേ, നീയിരിപ്പൂ!
ആരെക്കിനാവുകാണ്മൂ?–നീയുമീ
പ്പാരിജാതകങ്ങൾപോലേ!

മഞ്ജുമരതകശയ്യപൂകും–ഒരു
പെൺകൊടിതൻ പൊൻകിനാക്കൾപോലേ
മുല്ലകൾ പൂത്ത മണം നുകർന്നു
നല്ലിളം കാറ്റുമദിച്ചുപോകേ,
നിന്നെക്കിനാവുകാണാൻ–നിദ്രതൻ
മഞ്ചത്തിൽ വീഴുന്നു ഞാൻ!
(ഭൂമിതൻ അനുരാഗ...)

സംഗീതം: ഉമ്പായി

ഗസൽ

പ്രപഞ്ചമേ, നീയൊരു ഗാനം!
പ്രതിനവമോഹനഗാനം!
അപാരതയ്ക്കെഴുമത്ഭുതവീണയിൽ
ആരോ പകരും ഗാനം!-
ചേതോഹരമാം ഗാനം!

മധുരരാഗമനോഹരസന്ധ്യകൾ,
ഉദയാസ്തമയങ്ങൾ,
ചടുലചഞ്ചല ഭാവവിരാജിത-
ചാരുവിഭാവരികൾ,
　　രാഗം-താനം-പല്ലവികൾ!

നവരസാമൃതസാഗരകന്യകൾ
നടമാടും തീരം!
ഇവിടെ നില്ക്കുകയല്ലോ ഞാനെൻ
ഹൃദയവിപഞ്ചിയുമായ്!
　　ഏതോ-രാഗം-മീട്ടുകയായ്!

സംഗീതം: ഉമ്പായി

ഗസൽ

പ്രഭാമയീ, പ്രകൃതീ,
പ്രഭാതകുങ്കുമമണിഞ്ഞുനില്ക്കും
പ്രകൃതീ, പ്രഭാമയീ!

നീഹാരാർദ്രദലങ്ങൾ വിടർത്തും
കൽഹാരപുഷ്പങ്ങൾ ചൂടി
മഞ്ഞപ്പൊൻവെയിലാടകൾ ചാർത്തി
മഞ്ജുനർത്തനമാടും
മനോഹരീ, പറയൂ, പറയൂ
നീയേതു മുനിയുടെ മാനസനന്ദിനി?
(പ്രഭാമയീ!...)

താഴംപൂവണിവേണിയഴിഞ്ഞും,
താമരമുകുളമുലഞ്ഞും,
തങ്കത്തരിവളയണിയും കൈയാൽ
തൻകളിവീണ മീട്ടും
മനോഹരീ, പറയൂ, പറയൂ,
നീയേതു കവിയുടെ കാമിനി, കൺമണി?
(പ്രഭാമയീ!...)

സംഗീതം: ഉമ്പായി

ഗസൽ

എൻ സ്വനഗ്രാഹിയിൽ മന്ദ്രമധുരമായ്
പിന്നെയും പാടുന്നൂ സൈഗൾ.
നിന്നെയുറക്കുന്നൊരീണം സഖീ, നിന്റെ
കൺകളെയുമ്മവയ്ക്കുന്നു.
(എൻ സ്വനഗ്രാഹിയിൽ...)

കാലൊച്ച കേൾക്കാതകത്തു വന്നെത്തുന്ന
കാറ്റിൻ സുഗന്ധമായ് നീയുറങ്ങ്!
വാരിപ്പുണർന്നെന്നെ കോരിത്തരിപ്പിക്കും
വാസന്തചന്ദ്രികയായ് മയങ്ങ്!
(എൻ സ്വനഗ്രാഹിയിൽ...)

തെന്നലിൽ പാറിവന്നെൻ മാറിൽ ചായുന്ന
സ്വർണ്ണക്കിളിത്തൂവലായ് മയങ്ങ്!
ചെമ്പനീർപ്പൂവിൻ കൈക്കുമ്പിളിൽ വീണൊരു
മഞ്ഞുനീർമുത്തായി നീയുറങ്ങ്!
(എൻ സ്വനഗ്രാഹിയിൽ...)

നിദ്രയെപ്പുൽകും നിനക്ക് നിലാവുള്ള
രാത്രിതൻ സൗന്ദര്യമാരു തന്നു?
രാപ്പാടി പ്രേമിച്ചു പാടിയുറക്കുന്ന
രാപ്പൂവിൻ സൗഭഗമാരു തന്നു?
(എൻ സ്വനഗ്രാഹിയിൽ...)

സംഗീതം: ഉമ്പായി

ലളിതഗാനം

അരിയുണ്ടെങ്കിലേ 'ശ്രീ'യുള്ളൂ മക്കളേ!
അരിയുണ്ടെങ്കിലേ 'ശ്രീ'യുള്ളൂ!

അരിയുണ്ടെങ്കിലേ, ശ്രീയുള്ളൂ–പുന്നെല്ലിൻ
അരി വെന്ത വെള്ളവും അമൃതമല്ലേ?
അരി, പുത്തരി, നമ്മുടെ വയലമ്മ പോറ്റുന്നോ–
രരിയ നെൽക്കതിരിലെ മുത്തല്ലേ?
(അരിയുണ്ടെങ്കിലേ...)

അയലത്തെ നാട്ടിൽനിന്നരി വരും ലോറിക്കായ്
അലസമായ് കൈ കെട്ടി കാത്തിരുന്നാൽ
കനലടുപ്പിൽ വച്ച മൺകലംപോലെ നാം
വയർ കാഞ്ഞു കത്തിക്കരിഞ്ഞുപോകും!
(അരിയുണ്ടെങ്കിലേ...)

കനിവിന്റെ തുള്ളിയുമില്ലാത്ത, പെയ്യാത്ത
മുകിലുകൾ മേലേ വെള്ളിടി മുഴക്കും
അതു കേട്ടു മക്കളേ! നിങ്ങൾ നടുങ്ങേണ്ട!
വിതയേറ്റി വിളകൊയ്തോരല്ലോ നമ്മൾ!
(അരിയുണ്ടെങ്കിലേ...)

വരൂ വരൂ വയലമ്മ നമ്മെ വിളിക്കുന്നു!
വരൂ വരൂ വിത്തും കൈക്കോട്ടുമായി!
വിതയുടെ പുകിലുകൾ വീണ്ടുമുണരട്ടെ!
പുതിയൊരു ചാലുകളുഴുതിടട്ടേ!
(അരിയുണ്ടെങ്കിലേ...)

സംഗീതം: പെരുമ്പാവൂർ രവീന്ദ്രനാഥമേനോൻ

www.ingramcontent.com/pod-product-compliance
Lightning Source LLC
LaVergne TN
LVHW101429051026
849519LV00005BC/1921
* 9 7 8 9 3 8 3 4 3 2 4 3 1 *